THANH TỊNH LIÊN - THÍCH NỮ CHÂN THIỀN

TIẾNG CHUÔNG NGÂN

Tám Nghi Lễ, và Khai Thị

I

THIỀN VIỆN SÙNG NGHIÊM
SUNG NGHIEM ZEN CENTER

TIẾNG CHUÔNG NGÂN I
Tám Nghi Lễ, và Khai Thị

của tu sĩ **Thanh Tịnh Liên - Thích Nữ Chân Thiền**

Chuyển ngữ: **Nguyên Giác**

Trình bày: **Vũ Đình Trọng**

11561 Magnolia Street, Garden Grove, CA 92683
Điện thoại (714) 636-0118
Email: sungnghiem@hotmail.com
Website: thienviensungnghiem.com

Kính thư

Kính dâng lên **Hai Vị Thầy Tôn Kính** của con,

Thiền Sư Philip Kapleau và **Thiền Sư Bodhin Kjolhede**,

Với lòng **kính ngưỡng và tri ân sâu sắc nhất,** con xin thành kính cầu thỉnh sự cho phép của quý Thầy để con được sử dụng bản dịch **Kinh Bát Nhã Ba La Mật Đa Tâm Kinh**, các **bài kệ (tụng) đã chọn**, cùng **hai nghi thức — Nghi Thức Xuất Gia (Tóc) và Nghi Thức Hôn Lễ** — trong các ấn phẩm của **Thiền Viện Sùng Nghiêm**.

Các văn bản này sẽ được trình bày với **sự tôn trọng và cẩn trọng tột cùng**, nhằm phụng sự **Chánh Pháp** và hỗ trợ sự **tinh tấn tu học** của cộng đồng chúng con.

Thành tâm đảnh lễ,

Đệ tử chí thành của quý Thầy,

Ona (Bồ Đề Tâm)

Đôi Lời chân thành của Tác Giả xin gửi đến toàn thể quí Độc Giả, cùng toàn thể quí Hành Giả có duyên với những cuốn sách của Thiền Viện Sùng Nghiêm

Xin thưa,

Toàn thể những lý luận dù cho thế nào trong những cuốn sách của Thiền Viện Sùng Nghiêm, đều dựa theo tôn ý của Đức **Phật**, qua các **Kinh Đại Thừa**, để cho toàn thể quí **Hành Giả** cùng trình độ về Giáo Pháp, cũng như quí vị tu hành ở trình độ cao hơn... từ từ đều thậm thâm được, trong những Quốc Độ của "**Thiền**" từ căn bản cho đến ... "**Tích Niêm Hoa Vi Tiếu**" **Trực Chỉ Nhân Tâm** của Đức **Phật!** Có nghĩa là sự hiểu biết, cũng như sự Ngộ Đạo, đương nhiên là phải đi từ từ ... chứ không thể nào như những **Hành Giả** mới Đốn Ngộ! mà đã **Viên Mãn** ngay cho được.

Trong khi Đức Phật dậy rằng

Đốn Ngộ rồi mới Tiệm Tu

Vì lẽ đó, mà không thể nói những vị đã Đốn Ngộ, là đã ở trong **Quốc Độ Viên Mãn** (Full Enlightement) Chỉ vì toàn thể chúng sinh đã tự mình lật ngược **Phật Tâm** từ vô thủy của mình vốn chính là:

- **Chân Như Niệm** nay thành **Nhất Niệm Vô Minh**
- **Tâm Phật** nay thành Tâm Ma
- **Thân Tâm Bát Nhã** nay thành **Thân/Tâm phàm phu**
- **Thân/Tâm Bát Nhã** nay thành **Thân /Tâm** của cái **Thức Tâm Nhị Biên Tương** Đối: Có/Không; Phải/Trái; Đúng/ Sai; Giầu/Nghèo; Sang/Hèn; Sinh/Tử v.v..

Trong khi Chân Thật Nghĩa **Thân/Tâm Bát Nhã** của chúng ta, và của Vũ Trụ muôn loài, muôn vật, từ vô thủy đến nay**, vốn** lúc nào cũng vẫn thế! Cứ như như tự tại! Mà không đẹp/không xấu; không giầu/không nghèo; không sang/không hèn; không tử không sinh; không sống/không chết v.v.. có nghĩa là **Thân/Tâm Bát Nhã** không **liên-** hệ gì đến cái **Thân/**Tâm của **Tâm Thức Vô Minh**! Đúng như vậy, đã là **Thân/Tâm Bát Nhã**, đã là **Thật Tướng Bát Nhã** từ vô thủy đến nay, thì không ai có đủ quyền-năng xen vào! ngay cả Đức **Phật** cũng không thể bắt toàn thể Vũ Trụ muôn loài, muôn vật hiện hữu này phải là những cái vô thường! theo ý mình, để rồi chúng phải luôn luôn ở trong tình trạng:

Sinh, Trụ, Dị, Hoại

Hay **Thành, Trụ, Hoại, Không**

Có biết đâu rằng, các trạng thái:

Sinh, Trụ, Dị, Hoại

Hoặc: **Thành, Trụ, Hoại, Không**

Mà trong **Phật Pháp**, thì đều là sự vận hành của "**Pháp Giới Tính siêu việt Vi Diệu, Nhiệm Mầu**" đang âm thầm, ẩn mật vận hành, không hề ngưng nghỉ, dù chỉ một sát na, để Vũ Trụ Muôn Loài, Muôn Vật luôn luôn tươi mát, sống động!

Bởi đã là **Tính Không**, đã là **Phật Tính,** đã là **Pháp Giới Tính siêu việt** đến như thế! thì có bao giờ mà Vũ Trụ, Vạn Vật lại bị ù lì, bị khô héo cho được! Trái lại, chúng tự động luôn luôn **sinh động, linh** động, tuy vận hành một cách ẩn mật, âm-thầm, mà **siêu Sống** Động! trong từng sát na, để chuyển hóa **Vạn Pháp,** cũng là để chuyển hóa cả chúng ta, cũng như toàn thể **Vũ Trụ, Muôn Loài, Muôn Vật** được luôn luôn **Sống Động**, tươi đẹp, không bao giờ cằn cỗi, ù lì như : Plastic, gỗ, đá!

- Của loài **Hữu Tình** (có máu, có nước mắt, có giây Thần Kinh) thì luôn luôn cứ vận hành như thế, liên tu bất tận không bao giờ ngưng nghỉ, dù chỉ một sát na! Từ dạng:

Sinh Trụ sang dạng **Dị Hoại**

Dị Hoại sang dạng **Sinh Trụ**

- Của loài **Vô Tình** (Đất, Nước, Gió, Lửa, Hoa Trái, Cỏ Cây) cũng cứ vận hành như thế, liên tu bất tận không bao giờ ngưng nghỉ, dù chỉ một sát na! từ dạng:

Thành Trụ sang dạng **Hoại Không**

Hoại Không sang dạng **Thành Trụ**

Với Thế Gian, thì hầu hết ai cũng bảo đó là sự Vô Thường, đó là sự khổ đau, chết chóc! Trái lại, với **Chân Lý**, tôn ý của Đức **Phật!** tôi xin được nhắc lại ngay ở đầu trang này về câu:

"**Pháp Giới Tính siêu việt Vi Diệu, Nhiệm Mầu**"

đang âm thầm, ẩn mật vận hành không hề ngưng nghỉ, dù chỉ một sát na! đó là:

Buddha Nature is working

để **Vũ Trụ Muôn Loài ... Muôn Vật** luôn luôn sống động, đẹp đẽ, vui tươi! Đồng thời, cũng là vì toàn thể **Vũ Trụ, Muôn Loài, Muôn Vật** đều là:

Nhất Thiết chúng sinh giai hữu Phật Tính

Mà đã là **Phật Tính!** Thì có bao giờ lại không **Sống Động, Lộng Lẫy, Huy Hoàng, T**ươi Đẹp? không thể nào lại có cái cảnh ù lì như Plastic, như gỗ, như đá!

Nếu vì **Nhất Niệm Vô Minh**, mà chúng ta cứ hiểu ngược lại **Chân Lý Siêu Việt** của Đức **Phật!** thì chẳng qua, đó chỉ là những **Vọng Tưởng** đầy vô minh! đầy Nhị Biên Tương Đối của chúng ta, là những người chưa Giác Ngộ! thì lúc nào cũng cố tình gán ghép này, gán ghép nọ, cho người, cho vật trong Cảnh Giới **Chân Không Diệu Hữu**, cũng là Cảnh Giới **Thật Tướng Bát Nhã Sắc/Không! Cảnh Giới này** lúc nào cũng cứ Tĩnh Lặng Nhiệm Mầu, cứ sống động, vui tươi, cứ Xuất Thế Nhập Thế,

Như Như Tự Tại, Siêu Việt giầu/nghèo, sang/hèn; đúng/sai,

phải/trái. Có như thế, tại sao mới được gọi là:

Chân Không Diệu Hữu
Diệu Hữu Chân Không

Chân Không là Diệu Hữu
Diệu Hữu là Chân Không

Chân Không Diệu Hữu là MỘT
Chân Không Diệu Hữu là "ONENESS"

Nói cách khác, thì đó cũng chính là Cảnh Giới của **Thật Tướng Bát Nhã Sắc/Không**

Sắc tức thị Không	→	**Sắc chẳng rời Không**
Không tức thị Sắc		**Không chẳng rời Sắc**

Sắc chính là Không	→	**Sắc/Không y MỘT**
Không chính là Sắc		**Sắc/Không "ONENESS"**

Y theo Tôn Ý của Đức **Phật! có như thế mới được gọi là "Thật Tướng Bát Nhã"**

- Nếu chỉ chọn "cái **Không**" là cái Linh Hồn! là cái Tâm Linh! rồi đem cái "Linh Hồn, cái Tâm Linh" ấy về một nơi an lạc nào đó, mà bỏ đi "cái **Sắc**" tức là cái "Thân!" thì hóa ra là chỉ chọn có cái "Tâm!" mà bỏ đi cái "Thân" là sẽ bị ở trong tình trạng:

"Hữu Trí Vô Thân"

- Nếu chỉ chọn cái "**Sắc**" là cái "Thân" vì muốn cái Thân được sống mãi vài trăm năm như các vị tu Tiên, rồi cũng phải chết! Thì hóa ra là chỉ chọn cái "Thân," mà bỏ đi cái "Tâm," là sẽ bị ở trong tình trạng:

"Hữu Thân Vô Trí"

Rất nhiều người hỏi rằng:

"Nếu quả như vậy, thì sau khi chết chúng ta phải đi đâu cơ?"

Xin thưa, Đức Phật cứ nhắc đi, nhắc lại mãi...

- **Phật Pháp có bao giờ rời Thế Gian Pháp đâu!** *(Vậy thì tại sao chúng ta cứ phài đi kiếm một phương nào an lạc để về?)*
- **Nhất thiết chúng sinh giai hữu Phật Tính** *(Toàn thể chúng ta,* và Vũ Trụ *vạn vật đều* đã có ***Phật Tính*** *tại* ***Thân/Tâm****, thì phải đi đâu?)*
- **Thiên Thượng, Thiên Hạ duy Ngã Độc Tôn** *(Trên Trời, dưới Đất chỉ có một* ***Chân Như Phật Tính*** *mà thôi. Như thế, thì đương nhiên là ai cũng có* ***Phật Tính)***
- **Thị Pháp Trụ Pháp Vị, Thế Gian thường trụ Pháp** ***(Thế Gian này đã là thường trụ****! Mỗi chúng ta cũng như Vũ Trụ muôn loài, muôn vật* đều là ***Phân Thân Phật!*** *mỗi một vị là một* ***Pháp****, đều có Ngôi Vị riêng và Bổn Phận riêng)*

MỤC LỤC

Đôi lời chân thành 13

Thay Lời Tựa 14

1. Nghi Thức Nhật Tụng 18

2. Nghi Thức Cúng Cơm 34

3. Nghi Thức Sám Hối 42

4. Nghi Thức Vu Lan 78

5. Nghi Thức Cầu An 134

6. Nghi Thức Cúng Sao, Giải Hạn 172

7. Nghi Thức Hấp Hối 212

8. Nghi Thức Cầu Siêu 246

Sáng Tác của Thiền Sư Hakuin 298

Tín Tâm Minh 304
(Tam Tổ Tăng Xán do Cụ Trúc Thiên dịch)

Khai Thị (2) Chết Đi Về Đâu 315

Khai Thị (25) Tâm thức Vọng Tưởng 318

Khai Thị (17) Dâng lên ông Hoàng Văn Dũng 319

Khai Thị (9) Nhân Quả 322

THAY LỜI TỰA

Thắp nén Tâm Hương, Thiền Viện Sùng Nghiêm chúng con nguyện giải Như Lai Chân Thật Nghĩa.

➤ Xin tri ân và kính dâng lên Chư Phật Tổ, Chư Bồ Tát, Chư Hiền Thánh Tăng ...

➤ Xin tri ân và kính dâng lên quý Ân Sư:

- Thiền Sư Philip Kapleau
- Thiền Sư Bodhin Kjolhede
- Thiền Sư Thích Duy Lực

Cùng quý Thiện Tri Thức, quý Thầy, quý Cô từ vô thỉ đến nay.

➤ Xin tri ân và kính dâng lên Ông Bà, Cha Mẹ, Cửu Huyền Thất Tổ từ vô thỉ đến nay.

➤ Xin tri ân và kính dâng lên tất cả mọi người thân yêu, vợ chồng, chồng vợ, người thương, các con cháu, các nô bộc, các quý vị đã giúp đỡ trong mọi hoàn cảnh, mọi môi trường từ vô thỉ đến nay.

➤ Xin tri ân và kính dâng lên đôi giòng họ Nội, Ngoại, anh chị, em, chú, bác, cô, dì từ vô thỉ đến nay.

- Xin tri ân và kính dâng lên tất cả quý vị ân nhân, quý vị oán thù và toàn thể các bạn bè Đạo/Đời từ vô thỉ đến nay.
- Xin tri ân và kính dâng lên muôn loài, muôn vật, hữu tình, vô tình, hữu hình, vô hình, toàn Thế Giới, Đại Vũ Trụ từ vô thỉ đến nay.
- Xin tri ân và kính dâng lên toàn thể quý Anh Hùng, Liệt Sĩ, quý Anh Thư, quý vị Chiến Sĩ Trận Vong (hữu danh và vô danh), quý oan hồn, quý vị quá vãng vô thừa nhận! Tất cả đều không phân biệt tôn giáo, chủng tộc, nòi giống... từ vô thỉ đến nay.
- Xin tri ân và kính dâng lên toàn thể quý vị hộ pháp Đạo, Đời hiện hữu, đã và đang đóng góp công lao vô bờ từ thô tới tế, từ vật chất đến tinh thần, để hoàn hảo mỹ mãn về mọi mặt cho Thiền Viện như các vị sau đây:
    - Quý vị chủ nhiệm, chủ bút, ký giả, báo chí, truyền thanh, truyền hình.
    - Quý vị nghệ sĩ: nhạc sĩ, thi sĩ, văn sĩ, họa sĩ, điêu khắc gia, ca sĩ, nghệ sĩ ngâm thơ, xướng ngôn viên.
    - Quý vị nhiếp ảnh gia, đạo diễn, chuyên viên quay phim.

- Quý vị chuyên viên về máy móc, và các hệ thống âm thanh, internet, thu thanh, phát thanh, làm CD, DVD cho các chương trình trên hai làn sóng radio, và thu hình cho mọi chương trình trên TV.
- Quý vị thiết kế, xây cất, trang trí nghệ thuật trong, ngoài.
- Quý vị trong ban điều hành.
- Quý vị trong ban ẩm thực.
- Quý vị trong ban vệ sinh.
- Quý vị trong ban copy, ấn loát, đánh computer, và in kinh sách.
- Quý vị trong ban thông dịch.
- Quý vị trong ban dịch thuật.
- Quý vị trong ban tri khách.
- Quý vị trong ban giảng huấn, quý thầy, quý cô.
- Quý vị trong ban y tế: bác sĩ, nha sĩ, dược sĩ, y tá.
- Quý vị trong ban luật pháp: luật sư, cố vấn luật pháp.
- Quý vị trong ban thuế vụ.
- Quý vị trong ban giao thông, chuyên chở.

- Quý vị trong ban địa ốc.
- Quý vị phụ trách trong ban linh tinh.
- Quý vị hộ pháp về tịnh tài, về mọi vật dụng hàng ngày.
- Quý vị hộ pháp về tịnh tài để in những quyển Kinh này.

➤ Chúng con cũng không quên tri ân và kính dâng lên các vị hữu hình/vô hình, hữu tình/vô tình đến dự thính, đến thăm viếng hay đến tu học, v.v...

Nguyện toàn thể chúng sinh đều nỗ lực, tinh tấn tu hành để vượt thoát phiền não, sinh tử và thể hiện Cực Lạc Quốc ngay chính Thân Tâm, đời sống hàng ngày của chúng ta.

NGHI THỨC NHẬT TỤNG

Nghi Thức Nhật Tụng

Thiền Tọa 35 phút

Dâng Hương Tam Bảo

Sám Hối Tổng Quát

Kệ Sám Hối

Tụng Đại Bi

Tụng Bát Nhã Tâm Kinh

Tụng Chú Tiêu Tai Kiết Tường

Tam Tự Quy

Tứ Hoằng Thệ Nguyện

Hồi Hướng

Dâng Hương Tam Bảo

Nguyện đem lòng thành kính
Gửi theo đám mây hương
Phảng phất khắp mười phương
Cúng dường ngôi Tam Bảo
Thề trọn đời giữ Đạo
Theo Tự Tính làm lành
Cùng pháp giới chúng sinh
Cầu Phật từ gia hộ
Tâm Bồ Đề kiên cố
Xa bể khổ nguồn mê
Chóng quay về bờ giác

Tán Phật

Đấng Pháp Vương vô thượng
Ba cõi chẳng ai bằng
Thầy dạy khắp trời, người
Cha lành chung bốn loài
Quy y tròn một niệm
Dứt sạch nghiệp ba kỳ
Xưng dương cùng tán thán
Ức kiếp không cùng tận

Quán Tưởng

Phật, chúng sinh tính thường rỗng lặng
Đạo cảm thông không thể nghĩ bàn
Lưới Đế Châu ví đạo tràng
Mười phương Phật Bảo, hào quang sáng ngời
Trước Bảo Tọa, thân con ảnh hiện
Cúi đầu xin thề nguyện quy y

Đỉnh Lễ Tam Bảo

Chí Tâm Đỉnh Lễ:

Nam mô tận hư không biến pháp giới,
Quá, hiện, vị lai, thập phương Chư Phật,
Tôn Pháp, Hiền Thánh, Tăng,
Thường trụ Tam Bảo.

(Chuông)

Chí Tâm Đỉnh Lễ:

Nam mô Sa Bà Giáo Chủ,
Bổn Sư Thích Ca Mâu Ni Phật.
Đương lai hạ sinh Di Lặc Tôn Phật.
Đại Trí Văn Thù Sư Lợi Bồ Tát.
Đại Hạnh Phổ Hiền Bồ Tát.
Hộ Pháp Chư Tôn Bồ Tát.
Linh Sơn Hội Thượng Phật Bồ Tát.

(Chuông)

Chí Tâm Đỉnh Lễ:

Nam mô Tây Phương Cực Lạc Thế Giới
Đại từ, đại bi A Di Đà Phật,
Đại bi Quán Thế Âm Bồ Tát,
Đại Thê Thế Chí Bồ Tát,
Đại nguyện Địa Tạng Vương Bồ Tát,
Thanh tịnh Đại Hải Chúng Bồ Tát

(Chuông)

Sám Hối Tổng Quát

Xưa con vốn tạo tác các vọng nghiệp
Đều do vô thỉ tham, sân, si
Từ thân, miệng, ý phát sinh ra
Hết thảy con nay xin sám hối

Tội từ Tâm khởi, đem Tâm sám
Tâm tự tịnh rồi, tội liền tiêu
Tội tiêu, Tâm tịnh, rõ Chân Không
Thế mới thật là Chân Sám Hối!

(3 tiếng chuông)

Kệ Sám Hối

Nhất Niệm Vô Minh, con lỡ khởi từ vô thỉ
Tam độc sâu dày, con lỡ tạo tham, sân, si
Thân, khẩu, ý, con lỗi lầm tày núi Tu Di
Lỡ dại rồi, con biết gì ngoài sám hối!

Nguyện:
"Sám hối mọi tội lỗi, lỡ lầm khởi từ vô thỉ"
Nguyện:
"Chuyển vô minh này, thành trí tuệ từ bi"
Nguyện:
"Dứt hết mọi tập khí tam độc tham, sân, si"
Nguyện:
"Cải hối tột cùng, chí tâm thành chân sám hối"
Vì tội từ Tâm khởi, nên Thân con phạm lỗi!
Thật Tâm sám hối rồi, con thanh tịnh Thân Tâm
Chỉ một Giới thanh tịnh thôi, là con được tiêu sạch mọi lỗi lầm.
Bởi thanh tịnh Thân Tâm này, thì chính con là Chân Tinh Khiết ấy!

Ghi Chú:

Một giới thanh tịnh ở đây có nghĩa là giữ công phu không gián đoạn. (cái không gián đoạn ấy là Chân Như Niệm).

Công phu là: Niệm Phật, Trì Chú, Thiền: Tham Công Án hay Tham Thoại Đầu

Chú Đại Bi

Nam Mô Đại Bi Hội Thượng Phật

(3 lần)

Thiên thủ thiên nhãn vô ngại đại bi tâm đà la ni. Nam mô hắc ra đát na đa ra dạ da.

Nam mô a rị da, bà lô yết đế thước bát ra da, bồ đề tát đỏa bà da, ma ha tát đỏa bà da, ma ha ca lô ni ca da, án, tát bàn ra phạt duệ số đát na đát tỏa.

Nam mô tất kiết lật đỏa y mông a rị da bà lô kiết đế thất Phật ra lăng đà bà.

Nam mô na ra cẩn trì hê rị ma ha bàn đa sa mế, tát bà a tha đậu du bằng, a thệ dựng, tát bà tát đa, na ma bà dà, ma phạt đạt đậu, đát điệt tha. Án a bà lô hê, lô ca đế, ca ra đế, di hê rị, ma ha bồ đề tát đỏa, tát bà tát bà, ma ra ma ra, ma hê ma hê, rị đà dựng, cu lô cu lô kiết mông, độ lô độ lô, phạt xà da đế, ma ha phạt xà da đế, đà ra đà ra, địa rị ni, thất Phật ra da, đá ra dá ra. Mạ mạ phạt ma ra. Mục đế lệ, y hê di hê, thất na thất na a ra sâm Phật ra xá lợi, phạt xa phạt

sâm, Phật ra xá da, hô lô hô lô ma ra, hô lô hô lô hê rị, tạ ra ta ra, tất rị tất rị, tô rô tô rô, bồ đề dạ bồ đề dạ, bồ đà dạ bồ đà dạ.

Di đế rị dạ, na ra cẩn trì địa rị sắc ni na, ba dạ ma na ta bà ha. Tất đà dạ ta bà ha. Ma ha tất đà dạ ta bà ha. Tất đà du nghệ thất bàn ra dạ, ta bà ha. Na ra cẩn trì ta bà ha.

Ma ra na ra ta bà ha. Tất ra tăng a mục khê da, ta bà ha. Ta bà ma ha, a tất đà dạ, ta bà ha. Giả kiết ra a tất đà dạ, ta bà ha. Bà đà ma yết tất đà dạ, ta bà ha. Na ra cẩn trì bàn đà ra dạ, ta bà ha. Ma bà lị thắng yết ra dạ, ta bà ha.

Nam mô hắt ra đát na, đa ra dạ da. Nam mô a rị da, bà lô yết đế, thước bàng ra dạ, ta bà ha.

Án tất điện đô, mạn đa ra, bạt đà dạ, ta bà ha.

(3 lần)

Bát Nhã Tâm Kinh

Nam Mô Bát Nhã Hội Thượng Phật

(3 lần)

Ma Ha Bát Nhã Ba La Mật Đa Tâm Kinh.

Quán Tự Tại Bồ Tát hành thâm Bát Nhã Ba La Mật Đa thời, chiếu kiến ngũ uẩn giai không, độ nhất thiết khổ ách.

Xá Lợi Tử! Sắc bất dị Không, Không bất dị Sắc; Sắc tức thị Không, Không tức thị Sắc; Thọ, Tưởng, Hành, Thức diệc phục như thị.

Xá Lợi Tử! Thị chư Pháp không tướng: bất sinh, bất diệt, bất cấu, bất tịnh, bất tăng, bất giảm. Thị cố, không trung vô Sắc, vô Thọ, Tưởng, Hành, Thức; Vô nhãn, nhĩ, tỷ, thiệt, thân, ý; Vô sắc, thinh, hương, vị, xúc, pháp; Vô nhãn giới, nãi chí vô ý thức giới; Vô vô minh, diệc vô vô minh tận; Nãi chí vô lão tử, diệc vô lão tử tận; Vô khổ, tập, diệt, đạo; Vô trí, diệc vô đắc.

Dĩ vô sở đắc cố, Bồ Đề Tát Đỏa y Bát Nhã Ba La Mật Đa cố, tâm vô quái ngại, vô quái ngại

cố, vô hữu khủng bố, viễn ly điên đảo mộng tưởng, cứu cánh Niết Bàn.

Tam thế Chư Phật y Bát Nhã Ba La Mật Đa cố, đắc A Nậu đa la tam miệu tam bồ đề. Cố tri Bát Nhã Ba La Mật Đa thị đại thần chú, thị đại minh chú, thị vô thượng chú, thị vô đẳng đẳng cất, năng trừ nhất thiết khổ, chân thật bất hư. Cố thuyết Bát Nhã Ba La Mật Đa Chú, tức thuyết chú viết:

Yết đế, yết đế, ba la yết đế ba la tăng yết đế, Bồ đề tát bà ha

(3 lần)

Chú Tiêu Tai Cát Tường

(tụng 3 lần)

Nẵng mồ tam mãn đa mẫu đà nẫm.

A bát ra để hạ đa xá, ta nẵng nẫm.

Đát điệt tha.

Án khê khê, khê hế, khê hế hồng hồng, nhập phạ ra nhập phạ ra bát ra nhập phạ ra bát ra nhập phạ ra để sắc sá, để sắc sá, sắc trí rị, sắc trí rị ta phấn tra, ta phấn tra phiến để ca thất thất rị duệ ta phạ ha.

Tam Tự Quy

Tự quy y Phật, đương nguyện chúng sinh,
Thề giải Đại Đạo, phát vô thượng Tâm.

(Chuông)

Tự quy y Pháp, đương nguyện chúng sinh,
Thâm nhập kinh tạng, trí tuệ như hải.

(Chuông)

Tự quy y Tăng, đương nguyện chúng sinh,
Thống lý đại chúng, nhất thiết vô ngại.

(Chuông)

Tứ Hoằng Thệ Nguyện

Chúng sinh vô biên, thệ nguyện độ
Phiền não vô tận, thệ nguyện đoạn
Pháp môn vô lượng, thệ nguyện học
Phật Đạo vô thượng, thệ nguyện thành

(Chuông)

Hồi Hướng

Nguyện đem Công Đức này
Hướng về khắp tất cả
Đệ tử và chúng sinh
Đều trọn thành Phật Đạo

(Chuông)

NGHI THỨC CÚNG CƠM

Nghi Thức Cúng Cơm

Năm Điều Ân Sủng
Lời Khấn Nguyện
Cúng Cơm Cô Hồn
Cúng Nước Cô Hồn

Năm Điều Ân Sủng

(Đại Chúng Đồng Chắp Tay)

Chủ Xướng:
Tán thán và ghi ân Tam Bảo
Với tất cả muôn loài hiện đang sống
Đồng chắp tay xin tán thán ghi ân
Công lao Chư Phật Tổ thật khôn ngần
Chúng con chỉ biết thành tâm tán thán.

Đại chúng đồng chắp tay và đọc:
Bữa ăn này công lao không kể xiết
Của muôn loài, của toàn thế chúng sinh
Tội nhiều, công ít, mình tự trách mình
Và tự hỏi, liệu mình có đáng hưởng?
Nhờ ngọc thực, ta duy trì thân mạng
Nhưng: Uống ăn vừa chừng, dứt thói tham lam
Nguyện ơn đền, nên chẳng quản gian nan
Thọ pháp thực, để xả thân Cầu Đạo.

(Clappers)

(Lấy thức ăn vào bát hay đĩa của mình, trong khi lấy thức ăn, thì cũng không quên lấy vài hột cơm hay ít mẩu bánh nhỏ để cạnh bát, vì sẽ có hai chén nhỏ dành riêng để cúng cơm và nước cho cô hồn, được chuyển từ Chủ Xướng đến người cuối cùng, theo chiều kim đồng hồ.)

Chú ý:

- Cơm hay bánh, thường là vật khô thì tốt.
- Không nên dùng canh hay thức ăn phức tạp.
- Đại Chúng đều làm theo y như vị Chủ Xướng về cách cúng cơm và nước.

Lời Khấn Nguyện Cho Bữa Ăn Chính

(Clappers - Mọi người dâng chén hay đĩa cơm lên ngang mày)

Chủ Xướng:
"Bữa ăn này xin kính dâng lên...

Đại chúng đồng chắp tay và đọc:
Chúng con đồng kính dâng lên:

- dâng lên Phật,
- dâng lên Pháp,
- dâng lên Tăng,

Chúng con đồng dâng lên Thầy Tổ, với gia đình
Dâng lên mọi quốc gia, dâng muôn loài hiện sống
Đồng dâng lên Pháp Giới, dâng sáu nẻo chúng sinh.

Cúng Cơm Cô Hồn

(Clappers, Đại chúng đồng chắp tay và đọc:)

Hỡi muôn loài quỷ thần ma đang đói
Chúng tôi đang hiến tặng thức ăn đây
Mười phương hiện hóa, pháp thực tràn đầy
No lòng cả ai người trong tăm tối.
Hỡi muôn loài quỷ thần ma đang đói
Những tâm hồn đang quằn quại hãi kinh
Bị hành đây chỉ vì tham vọng vô minh
Hãy buông hết, để hướng vào đường giác ngộ.

Cúng Nước Cô Hồn

(Clappers - Đại chúng đồng chắp tay và đọc)

Hỡi muôn loài quỷ thần ma đang khát nước
Chúng tôi đang hiến tặng nước trong lành
Dịu cơn khát bỏng, khổ thấu trời xanh!
Hãy tự giác, chúng sinh đều là Phật Tính

NGHI THỨC SÁM HỐI

Nghi Thức Sám Hối

Thiền Tọa 15 phút

Dâng Hương Tam Bảo

Khai Thị Sám Hối

Giọt Nước Cam Lồ

Sám Hối Tổng Quát

Sám Hối Rốt Ráo

Mười Đỉnh Lễ Sám Hối

Kệ Sám Hối

Tụng Đại Bi

Tụng Bát Nhã Tâm Kinh

Tam Tự Quy

Tứ Hoằng Thệ Nguyện

Hồi Hướng

Dâng Hương Tam Bảo

Nguyện đem lòng thành kính
Gửi theo đám mây hương
Phảng phất khắp mười phương
Cúng dường ngôi Tam Bảo
Thề trọn đời giữ Đạo
Theo Tự Tính làm lành
Cùng pháp giới chúng sinh
Cầu Phật từ gia hộ
Tâm Bồ Đề kiên cố
Xa bể khổ nguồn mê
Chóng quay về bờ giác

Tán Phật

Đấng Pháp Vương vô thượng
Ba cõi chẳng ai bằng
Thầy dạy khăp trời, người
Cha lành chung bốn loài
Quy y tròn một niệm
Dứt sạch nghiệp ba kỳ
Xưng dương cùng tán thán
Ức kiếp không cùng tận

Quán Tưởng

Phật, chúng sinh tính thường rỗng lặng
Đạo cảm thông không thể nghĩ bàn
Lưới Đế Châu ví đạo tràng
Mười phương Phật Bảo, hào quang sáng ngời
Trước Bảo Tọa, thân con ảnh hiện
Cúi đầu xin thề nguyện quy y

Đảnh Lễ Tam Bảo

Chí Tâm Đỉnh Lễ:

Nam mô tận hư không biến pháp giới,
Quá, hiện, vị lai, thập phương Chư Phật,
Tôn Pháp, Hiền Thánh, Tăng,
Thường trụ Tam Bảo.

(Chuông)

Chí Tâm Đỉnh Lễ:

Nam mô Sa Bà Giáo Chủ,
Bổn Sư Thích Ca Mâu Ni Phật.
Đương lai hạ sinh Di Lặc Tôn Phật.
Đại Trí Văn Thù Sư Lợi Bồ Tát.
Đại Hạnh Phổ Hiền Bồ Tát.
Hộ Pháp Chư Tôn Bồ Tát.
Linh Sơn Hội Thượng Phật Bồ Tát.

(Chuông)

Chí Tâm Đỉnh Lễ:

Nam mô Tây Phương Cực Lạc Thế Giới
Đại từ, đại bi A Di Đà Phật,
Đại bi Quán Thế Âm Bồ Tát,
Đại Thế Chí Bồ Tát,
Đại nguyện Địa Tạng Vương Bồ Tát,
Thanh tịnh Đại Hải Chúng Bồ Tát

(Chuông)

Khai Thị Sám Hối

Sám Hối cũng là một hình thức tự xưng tội, tự thú nhận tội ác để ăn năn, để sửa đổi và để thề nguyện sẽ không bao giờ còn tái phạm những tội lỗi ấy nữa.

Sám Hối để Thân Tâm mình được thanh thản, không còn bị dằn vặt ngày đêm với những nỗi khổ đau về các tội ác đã lỡ phạm, hay đang phạm đó. Sám Hối phải thật lòng, tức Sám Hối cả thân tâm, từ thô tới tế, từ ngoài vào trong, từ trong ra ngoài. Sám Hối còn phải có lòng can đảm để nói ra hết những tội lỗi của mình như: những tội đã phạm, đang phạm, hay sẽ phạm. Trong khi sám hối phải có tối thiểu một vị minh sư, hay càng nhiều càng tốt, để chứng minh thì mới có hiệu quả.

Đã Sám Hồi mà còn che dấu, thì không phải là Sám Hối chân thật. Sám Hối còn che dấu là còn sợ mất mặt, sợ xấu hổ, sợ mất thể diện, tức còn chấp ngã! Sám Hối như thế đã chẳng được tiêu tội, mà vô tình còn vạch rõ thêm tội điên đảo, tội che dấu cho tự ngã, tội bảo vệ cho sự vô minh và cũng là tội bảo vệ cho sinh tử.

Nói rộng hơn, thì Sám Hối cũng là một lối Tu, một hình thức đập ngã, tùy theo lòng can đảm, chân thành muốn đập ngã cỡ nào?

Người trí tuệ, dũng mãnh thì muốn sự đập ngã của mình được triệt để! Nên đã chăng e ngại mà còn thừa can đảm để thú nhận hết mọi tội ác của mình. Và ngay cả những tội lỗi tầy trời đã lỡ phạm trong quá khứ! Cũng như những tội hiện tại đang làm... Dĩ nhiên là sẽ chẳng bao giờ để những tội lỗi ấy tái phạm nữa trong tương lai. Ngược lại, người vô minh thì chỉ Sám Hối cho có lệ mà thôi!

Do đó, kết quả của việc Sám Hồi là tùy theo vào sự dám đập ngã hay không dám đập ngã. Đương nhiên là nhân nào thì quả ấy! Nhân nhỏ thì quả nhỏ, nhân to thì quả to.

Khi người chân thành sám hối đã dám tự thú nhận, và tự phơi bày hết mọi tội lỗi... không những với một vị Thầy của mình mà còn ngay cả trước đám đông, khiến mọi người phải sửng sốt! Thì chúng ta phải công nhận rằng: người đang sám hối đó, quả là một vị đại hùng, quá khiêm cung, đã hành động như một vị Bồ Tát!

Vì chỉ có Bồ Tát mới dám làm như thế, cho nên kết quả của việc đập ngã này, đương nhiên là kết quả của sự đạt "Vô Ngã".

Vậy Sám Hối là tự xưng, tự thú, tự nhận mọi tội ác đã làm hay đang làm của mình.

- Để ăn năn, sám hối về những tội lỗi ấy.
- Để xin tự sửa đổi, cải hóa mọi tội ác này.
- Để tự thề bồi là sẽ không bao giờ còn tái phạm những lỗi lầm đó nữa.

Ý nghĩa của việc Sám Hối là như vậy, cho nên nếu là một lễ Sám Hối tuyệt đối chân thật, trang nghiêm thì kết quả cũng sẽ được tuyệt đối y như vậy. Và người sám hối chẳng còn gì phải thắc người mắc về những lỗi lầm của mình nữa, để mà có một thân tâm an lạc hơn.

Giọt Nước Cam Lồ

Nhành dương liễu rỏ giọt nước cam lồ
Thanh tịnh rấy rồi, tỉnh mộng hết mơ
Bao vọng nghiệp, não phiền tiêu sạch hết
Cực Lạc hiện đây, hỏi có ai ngờ!
Nam Mô Thanh Lương Địa Bồ Tát, Ma Ha Tát.
(Xin tiếp tục trì tụng câu này cho đến khi hết tẩy tịnh)

"Nam Mô Thanh Lương Địa Bồ Tát, Ma Ha Tát"...

(Chuông)

Sám Hối Tổng Quát

Xưa con vốn tạo tác các vọng nghiệp
Đều do vô thỉ tham, sân, si
Từ thân, miệng, ý phát sinh ra
Hết thảy con nay xin sám hối

Tội từ Tâm khởi, đem Tâm sám
Tâm tự tịnh rồi, tội liền tiêu
Tội tiêu, Tâm tịnh, rõ Chân Không Thể mới thật là Chân Sám Hối!

(3 tiếng chuông)

Sám Hối Rốt Ráo

Đệ tử chúng con là....................................
Pháp Danh là..
và chúng con cũng là đại diện cho.................
Pháp Danh..

Từ vô thỉ đến nay, nhiều đời không nhớ, chúng con đã lỡ khởi biết bao nhiêu tà ác niệm, và làm biết bao nhiêu tội ác, nghiệp si mê: kiêu căng, dối trá, ích kỷ, ghét ghen...

Nay chúng con xin dốc lòng chân sám hối cho mọi ý niệm tội lỗi đã lỡ khởi hay đang khởi, cùng những hành động tội lỗi đã lỡ phạm hay đang phạm đó.

Từ nay chúng con nguyện dứt hết mọi ý niệm bất thiện. Đồng thời cũng xin nguyện dứt bỏ mọi tội lỗi vô minh mà chúng con đã lỡ phạm hay đang phạm, xin đồng đều được tiêu tan ngay!

Bởi vì Nhất Niệm Vô Minh, chúng con đã biết hướng chuyển về thiện niệm, tức Chân Như Niệm vốn sẵn có của mình. Cho nên chắc chắn chúng con không còn bao giờ tái phạm những lỗi lầm như xưa nữa. Nếu chẳng may còn chút dây dưa nào với tập khí của Ngũ Uẩn! Dù chỉ là những ý niệm thoáng qua thôi về những tội lỗi ấy, thì chúng con cũng xin nguyện thề hối cải ngay!

Khai Thị Mười Đỉnh Lễ Sám Hối

Bởi nhất niệm vô minh là nhân, nên chúng con đã tạo tội lỗi tầy trời! Để rồi chúng con phải nhận cái quả khổ đau là thân tâm mình bị trôi lăn trong sinh tử, không bao giờ dứt.

Nay chúng con đã tỉnh ngộ, đã biết hổ thẹn, đã biết hối hận và muốn tự giải thoát thân tâm mình khỏi những phiền não sinh tử ấy! Cho nên chúng con xin dùng thân tâm tội lỗi này, đê làm lễ chân thật sám trừ, ăn năn mọi tội lỗi mà chúng con đã lỡ tạo.

Chúng con cũng xin nguyện tu hành và hồi cải ngay cho những tội lỗi sau nếu có, dù chỉ là những tư tưởng thoáng qua...

Để Sám Hối, chúng con xin được bắt đầu làm:

MƯỜI ĐỈNH LỄ SÁM HỐI

Lễ Sám Hối thứ nhất:

Chúng con xin nhất tâm khấu đầu đỉnh lễ sám hối: Chư Phật Tổ, Chư Bồ Tát, Chư Hiền Thánh Tăng về tất cả mọi tội lỗi, dù vô tình hay cố ý! Nếu chúng con đã lỡ phạm qua bao đời không thể nhớ từ vô thỉ cho đến nay, như những tội:

- Tội phỉ báng Tam Bảo
- Tội không tin Tam Bảo
- Tội dám xúc phạm, làm hư hại đến thánh thể của quý ngài.

(Đó là những tội lỗi đối với Chư Phật Tổ, Chư Bồ Tát, Chư Hiền Thánh Tăng)

(Chuông)

Lễ Sám Hối thứ hai:

Chúng con xin thành tâm khấu đầu đỉnh lễ sám hối: Cửu Huyền Thất Tổ, Ông Bà, Cha Mẹ, Tổ Tiên, đôi dòng Nội Ngoại **đã quá vãng** về tất cả mọi tội lỗi dù vô tình hay cố ý! Nếu chúng con đã lỡ phạm qua nhiều đời không thể nhớ, từ vô thỉ đến nay như những tội:

- Tội bất hiếu, bất kính *(đối với Cửu Huyền Thất Tổ)*
- Tội bội bạc, vô ơn *(đối với Cửu Huyền Thất Tổ)*
- Tội bại hoại gia phong *(đối với Cửu Huyền Thất Tổ)*
- Tội khinh khi, phi báng, nói xấu; tội quên cội, quên nguồn, quên giòng, quên giống đối với Cửu Huyền Thất Tổ

(Đó là những tội lỗi đối với Cửu Huyền Thất Tổ, Ông Bà, Cha Mẹ, Tổ Tiên, Nội Ngoại, đã quá vãng của chúng con)

(Chuông)

Lễ Sám Hối thứ ba:

Chúng con xin thành tâm khấu đầu đỉnh lễ sám hối: Ông Bà, Cha Mẹ và đôi giòng Nội Ngoại **đang hiện tiền** về mọi tội lỗi, dù vô tình hay cố ý! Nếu chúng con đã lỡ phạm tội bất hiếu qua bao đời không thể nhớ từ vô thỉ đến nay.

Và nếu còn tiếp diễn, là dám xúc phạm đến Ông Bà Cha Mẹ của đôi bên Nội Ngoại như những tội:

- Tội ngạo mạn, cãi lời *(Ông Bà Cha Mẹ)*
- Tội độc ác, khinh khi *(Ông Bà Cha Mẹ)*
- Tội thù hằn, mắng nhiếc *(Ông Bà Cha Mẹ)*
- Tội dằn hắt, tư lợi cho bản thân, cho gia đình riêng của mình, mà lợi dụng công lao, tiền tài, sức lực của Ông Bà Cha Mẹ.
- Tội vô ơn, bội nghĩa, vu oan, phản phúc Ông Bà Cha Mẹ.
- Tội hành hạ và đánh giết Ông Bà Cha Mẹ.

(Đó là những tội lỗi bất hiếu, bất kính đối với Ông Bà, Cha Mẹ đôi dòng nội ngoại đang hiện tiền của chúng con)

(Chuông)

Lễ Sám Hối thứ tư:

Chúng con xin thành tâm khấu đầu đỉnh lễ sám hối: các Sư Trưởng, các Thiện Tri Thức, các Ân Nhân về mọi tội lỗi... nếu chúng con đã lỡ phạm dù vô tình hay cố ý, qua bao đời không thể nhớ từ vô thỉ đến nay, và nếu còn tiếp diễn như những tội:

- Tội vong ân, bạc bẽo *(đối với quý Sư Trưởng, Thiện Tri Thức, và ân nhân)*
- Tội lừa lọc, bội phản *(đối với quý Sư Trưởng, Thiện Tri Thức, và ân nhân)*
- Tội cạnh tranh, ngạo mạn *(đối với quý Sư Trưởng, Thiện Tri Thức, và ân nhân)*
- Tội ích kỷ, ghét ghen *(đối với quý Sư Trưởng, Thiện Tri Thức, và ân nhân)*
- Tội dèm pha, nói xấu *(đối với quý Sư Trưởng, Thiện Tri Thức, và ân nhân)*
- Tội khinh khi, lợi dụng *(đối với quý Sư Trưởng, Thiện Tri Thức, và ân nhân)*
- Tội đánh đập, giết hại *(đối với quý Sư Trưởng, Thiện Tri Thức, và ân nhân)*

(Đó là những tội lỗi đối với các Ân Sư, các Thiện Tri Thức và các ân nhân của chúng con)

(Chuông)

Lễ Sám Hối thứ năm:

Chúng con với lòng thành thật xin khấu đầu đỉnh lễ sám hối: Họ hàng nội/ngoại, chú bác, cô dì, anh, chị, em... về tất cả mọi tội lỗi dù vô tình hay cố ý! Nếu chúng con đã lỡ phạm qua bao đời không thể nhớ, từ vô thỉ đến nay và nếu còn tiếp diễn như những tội :

- Tội ích kỷ, ghét ghen *(đối với họ hàng nội ngoại)*
- Tội vô ơn, bội nghĩa *(đối với họ hàng nội ngoại)*
- Tội vu oan, giá họa *(đối với họ hàng nội ngoại)*
- Tội tranh đua, ngạo mạn *(đối với họ hàng nội ngoại)*
- Tội tị hiềm, dối trá *(đối với họ hàng nội ngoại)*
- Tội thêu dệt, điêu ngoa *(đối với họ hàng nội ngoại)*
- Tội dèm pha, nói xấu *(đối với họ hàng nội ngoại)*

- Tội sân hận, tham lam *(đối với họ hàng nội ngoại)*
- Tội tranh chấp, tư lợi *(đối với họ hàng nội ngoại)*
- Tội thù hằn, và làm hại *(đối với họ hàng nội ngoại)*

(Đó là những tội lỗi xấu xa, ganh đua, tị hiềm, nhỏ nhen đối với họ hàng nội ngoại của chúng con)

(Chuông)

Lễ Sám Hối thứ sáu:

Chúng con nhât dạ, một lòng xin khấu đầu đỉnh lễ sám hối: tất cả các vợ chồng, và chồng vợ về mọi tội lỗi dù vô tình hay cố ý! Nếu chúng con đã lỡ phạm qua bao đời không thể nhớ, từ vô thỉ đến nay, và nếu còn tiếp diễn mọi lỗi lầm như những tội:

- Tội ngoại tình, lén lút *(sau lưng vợ hay chồng của mình)*
- Tội dối trá, điêu ngoa *(đối với vợ hay chồng của mình)*

- Tội lợi dụng, bắt nạt *(đối với vợ hay chồng của mình)*
- Tội lừa lọc, nhỏ nhen *(đối với vợ hay chồng của mình)*
- Tội hơn thua, ích kỷ *(đối với vợ hay chồng của mình)*
- Tội tị hiềm ghen ghét *(đối với vợ hay chồng của mình)*
- Tội tranh giành tư lợi *(đối với vợ hay chồng của mình)*
- Tội hành hạ, độc ác *(đối với vợ hay chồng của mình)*
- Tội chửi mắng, nhục mạ *(đối với vợ hay chồng của mình)*
- Tội cướp đoạt, vu oan *(đối với vợ hay chồng của mình)*
- Tội đánh đập, và giết hại *(đối với vợ hay chồng của mình)*

(Đó là những tội lỗi bất kính, bất chung đối với chồng hay vợ của chúng con)

(Chuông)

Lễ Sám Hối thứ bảy:

Chúng con xin nhất dạ, chí tâm thành khấu đầu đỉnh lễ sám hối: các bạn bè thân sơ, kẻ ân, người oán về tất cả mọi tội lỗi dù vô tình hay cố ý! Nếu chúng con đã lỡ phạm qua bao đời không thể nhớ từ vô thỉ đến nay, và nếu còn tiếp diễn như những tội:

- Tội lừa thầy, phản bạn *(đối với bạn bè, kẻ ân, người oán)*
- Tội tị hiềm, ghen ghét *(đối với bạn bè, kẻ ân, người oán)*
- Tội thêu dệt, điêu ngoa *(đối với bạn bè, kẻ ân, người oán)*
- Tội nhỏ nhen, ích kỷ *(đối với bạn bè, kẻ ân, người oán)*
- Tội vô ơn, bội nghĩa *(đối với bạn bè, kẻ ân, người oán)*
- Tội sân hận, si mê *(đối với bạn bè, kẻ ân, người oán)*
- Tội tư lợi, chấp tranh *(đối với bạn bè, kẻ ân, người oán)*

- Tội vu oan, giá họa *(đối với bạn bè, kẻ ân, người oán)*
- Tội độc ác, ngã mạn *(đối với bạn bè, kẻ ân, người oán)*
- Tội khinh khi, nhục mạ *(đối với bạn bè, kẻ ân, người oán)*
- Tội lợi dụng, cướp đoạt *(đối với bạn bè, kẻ ân, người oán)*
- Tội hành hạ, và giết chóc *(đối với bạn bè, kẻ ân, người oán)*

(Đó là những tội lỗi lừa Thầy, phản bạn đối với bạn bè, kẻ ân, và người oán của chúng con)

(Chuông)

Lễ Sám Hối thứ tám:

Chúng con chí tâm thành xin khấu đầu đỉnh lễ sám hối: muôn loài, muôn vật, hữu tình, vô tình, hữu hình, vô hình, nước, lửa, núi, đồi, đất, đá, cỏ, cây... về tất cả mọi tội lỗi dù vô tình hay cố ý! Mà chúng con đã lỡ phạm qua bao đời không thể nhớ hết từ vô thỉ đến nay, và nếu còn tiếp diễn như những tội:

- Tội phá hoại, cướp đoạt nước, lửa, núi đồi, cây cối, đất đá, cỏ cây...
- Tội lợi dụng, phí phạm chúng.
- Tội khinh khi, măng chửi chúng.
- Tội vô ơn, bạc bẽo đối với chúng.
- Tội dã man, độc ác đối với chúng.
- Tội hủy hoại, và giết hại chúng.

(Đó là những tội lỗi đối với muôn loài, muôn vật hữu hình, vô hình, hữu tình, vô tình, đất đá cỏ cây)

(Chuông)

Lễ Sám Hối thứ chín:

Chúng con nhất dạ, một lòng chí tâm thành, xin khấu đầu đỉnh lễ sám hối: tất cả mọi quốc gia, xã hội, toàn thế giới và đại vũ trụ. Về tất cả tội lỗi dù vô tình hay cố ý! Chúng con đã lỡ phạm qua bao đời không thể nhớ từ vô thỉ đến nay, và nếu còn tiếp diễn như những tội:

- Tội không tôn trọng pháp luật mà còn vi phạm luật pháp.

- Tội không gìn giữ của công mà còn lợi dụng, phí phạm làm tổn hại, ăn cắp, ăn cướp vật chất cũng như thời gian của công.
- Tội không tận tâm, tận lực với quốc gia, xã hội; không trung thành với tổ quốc; không bảo tồn đất nước; không trân quý toàn thế giới, đại vũ trụ! Mà ngược lại còn: bội phản, vô ơn, hại dân, hại nước, hại nhân quyền, xã hội, hại chủng tộc, nòi giống, hại toàn thế giới, hại đại vũ trụ để trở thành con người vô liêm sỉ, vô luân thường, đạo đức.

(Đó là những tội lỗi đối với mọi quốc gia, xã hội của chúng con)

(Chuông)

Lễ Sám Hối thứ mười:

Chúng con xin khấu đầu đỉnh lễ sám hối cho chính bản thân tâm chúng con, về tất cả mọi tội lỗi dù vô tình hay hữu ý! Nếu chúng con đã lỡ phạm qua bao đời, không thể nhớ từ vô thỉ đến nay, và nếu vẫn còn tiếp diễn mãi là đang phạm hay sẽ phạm những tội lỗi như:

- Tội sân hận, si mê
- Tội cống cao, ngã mạn
- Tội vô ân, bội nghĩa
- Tội khen mình, chê người
- Tội tham lam, tư lợi
- Tội ích kỷ, ghét ghen
- Tội bất hiếu, bất nghĩa
- Tội điêu ngoa, thêu dệt
- Tội vu oan, hại người
- Tội tranh chấp, hơn thua
- Tội bội phản, nịnh bợ
- Tội ác độc và sát hại...

Với vô minh dầy và tội lỗi hãi hùng như thế, chúng con đã tự tạo cho thân tâm mình thành những con người vô cùng điên đảo! Luôn che chở cho bản ngã xấu xa, hiệp nhất với ác nghiệp, để tự đầy đọa chính thần tâm mình trong luân hồi, sinh tử mà không hay biết gì.

(Đó là những tội lỗi đối với chính thân tâm của chúng con)

(Chuông)

Kệ Sám Hối

Nhất Niệm Vô Minh, con lỡ khởi từ vô thỉ
Tam độc sâu dày, con lỡ tạo tham, sân, si
Thân, khẩu, ý, con lỗi lầm tầy núi Tu Di
Lỡ dại rồi, con biết gì ngoài sám hối!
Nguyện:
"Sám hối mọi tội lỗi, lỡ lầm khởi từ vô thỉ"
Nguyện:
"Chuyển vô minh này, thành trí tuệ từ bi"
Nguyện:
"Dứt hết mọi tập khí tam độc tham, sân, si"
Nguyện:
"Cải hối tột cùng,chí tâm thành chân sám hối"
Vì tội từ Tâm khởi, nên Thân con phạm lỗi!
Thật Tâm sám hối rồi, con thanh tịnh Thân Tâm
Chỉ một Giới thanh tịnh thôi, là con được tiêu sạch mọi lỗi lầm
Bởi thanh tịnh Thân Tâm này, thì chính con là Chân Tinh Khiết ấy!

Ghi Chú:

Một giới thanh tịnh ở đây có nghĩa là giữ công phu không gián đoạn (cái không gián đoạn ấy là Chân Như Niệm).

Công phu là: Niệm Phật, Trì Chú, Thiền: Tham Công Án hay Tham Thoại Đầu

Chú Đại Bi

Nam Mô Đại Bi Hội Thượng Phật

(3 lần)

Thiên thủ thiên nhãn vô ngại đại bi tâm đà la ni. Nam mô hắc ra đát na đa ra dạ da.

Nam mô a rị da, bà lô yết đế thước bát ra da, bồ đề tát đỏa bà da, ma ha tát đỏa bà da, ma ha ca lô ni ca da, án, tát bàn ra phạt duệ số đát na đát tỏa.

Nam mô tất kiết lật đỏa y mông a rị da bà lô kiết đế thất Phật ra lăng đà bà.

Nam mô na ra cẩn trì hê rị ma ha bàn đa sa mế, tát bà a tha đậu du bằng, a thệ dựng, tát bà tát đa, na ma bà dà, ma phạt đạt đậu, đát điệt tha. Án a bà lô hê, lô ca đế, ca ra đế, di hê rị, ma ha bồ đề tát đỏa, tát bà tát bà, ma ra ma ra, ma hê ma hê, rị đà dựng, cu lô cu lô kiết mông, độ lô độ lô, phạt xà da đế, ma ha phạt xà da đế, đà ra đà ra, địa rị ni, thất Phật ra da, đá ra dá ra. Mạ mạ phạt ma ra. Mục đế lệ, y hê di hê, thất na thất na a ra sâm Phật ra xá lợi, phạt xa phạt

sâm, Phật ra xá da, hô lô hô lô ma ra, hô lô hô lô hê rị, tạ ra ta ra, tất rị tất rị, tô rô tô rô, bồ đề dạ bồ đề dạ, bồ đà dạ bồ đà dạ.

Di đế rị dạ, na ra cẩn trì địa rị sắc ni na, ba dạ ma na ta bà ha. Tất đà dạ ta bà ha. Ma ha tất đà dạ ta bà ha. Tất đà du nghệ thất bàn ra dạ, ta bà ha. Na ra cẩn trì ta bà ha.

Ma ra na ra ta bà ha. Tất ra tăng a mục khê da, ta bà ha. Ta bà ma ha, a tất đà dạ, ta bà ha. Giả kiết ra a tất đà dạ, ta bà ha. Bà đà ma yết tất đà dạ, ta bà ha. Na ra cẩn trì bàn đà ra dạ, ta bà ha. Ma bà lị thắng yết ra dạ, ta bà ha.

Nam mô hăt (hắc) ra đát na, đa ra dạ da. Nam mô a rị da, bà lô yết đế, thước bàng ra dạ, ta bà ha.

Án tất điện đô, mạn đa ra, bạt đà dạ, ta bà ha.

(3 lần)

Bát Nhã Tâm Kinh

Nam Mô Bát Nhã Hội Thượng Phật

(3 lần)

Ma Ha Bát Nhã Ba La Mật Đa Tâm Kinh.

Quán Tự Tại Bồ Tát hành thâm Bát Nhã Ba La Mật Đa thời, chiếu kiến ngũ uẩn giai không, độ nhất thiết khổ ách.

Xá Lợi Tử! Sắc bất dị Không, Không bất dị Sắc; Sắc tức thị Không, Không tức thị Sắc; Thọ, Tưởng, Hành, Thức diệc phục như thị.

Xá Lợi Tử! Thị chư Pháp không tướng: bất sinh, bất diệt, bất cấu, bất tịnh, bất tăng, bất giảm. Thị cố, không trung vô Sắc, vô Thọ, Tưởng, Hành, Thức; Vô nhãn, nhĩ, tỷ, thiệt, thân, ý; Vô sắc, thinh, hương, vị, xúc, pháp; Vô nhãn giới, nãi chí vô ý thức giới; Vô vô minh, diệc vô vô minh tận; Nãi chí vô lão tử, diệc vô lão tử tận; Vô khổ, tập, diệt, đạo; Vô trí, diệc vô đắc.

Dĩ vô sở đắc cố, Bồ Đề Tát Đỏa y Bát Nhã Ba La Mật Đa cố, tâm vô quái ngại, vô quái ngại cố, vô hữu khủng bố, viễn ly điên đảo mộng tưởng, cứu cánh Niết Bàn.

Tam thế Chư Phật y Bát Nhã Ba La Mật Đa cố, đắc A Nậu đa la tam miệu tam bồ đề. Cố tri Bát Nhã Ba La Mật Đa thị đại thần chú, thị đại minh chú, thị vô thượng chú, thị vô đẳng đẳng cất, năng trừ nhất thiết khổ, chân thật bất hư. Cố thuyết Bát Nhã Ba La Mật Đa Chú, tức thuyết chú viết:

Yết đế, yết đế, ba la yết đế ba la tăng yết đế, Bồ đề tát bà ha

(3 lần)

Tam Tự Quy

Tự quy y Phật, đương nguyện chúng sinh,
Thề giải Đại Đạo, phát vô thượng Tâm.

(Chuông)

Tự quy y Pháp, đương nguyện chúng sinh,
Thâm nhập kinh tạng, trí tuệ như hải.

(Chuông)

Tự quy y Tăng, đương nguyện chúng sinh,
Thống lý đại chúng, nhất thiết vô ngại.

(Chuông)

Tứ Hoằng Thệ Nguyện

Chúng sinh vô biên, thệ nguyện độ
Phiền não vô tận, thệ nguyện đoạn
Pháp môn vô lượng, thệ nguyện học
Phật Đạo vô thượng, thệ nguyện thành

(Chuông)

Hồi Hướng

Nguyện đem Công Đức này
Hướng về khắp tất cả
Đệ tử và chúng sinh
Đều trọn thành Phật Đạo

(Chuông)

NGHI THỨC VU LAN

Nghi Thức Vu Lan

Thiền ba phút, giữ Tâm tĩnh lặng và chú Tâm để: thấy, biết từng hơi thở vào/ra của mình, mà không phân tích những hơi thở là dài hay ngắn, sâu hay nông; đồng thời cũng không nghĩ đến quá khứ, hiện tại hay vị lai.

Chào Cờ *(Để CD nhạc và hát theo, tùy hoàn cảnh)*

1. Phút Nhập Từ Bi Quán
2. Diễn Văn Khai Mạc
3. Giảng về: Ý nghĩa Vu Lan
4. Giảng về: Ý nghĩa Đóa Hoa Cài Áo

   Trong khi cài hoa lên áo *(để CD, hát bài Vu Lan cho đến khi đại chúng được cài hoa xong.)*
5. Các em bé Thiền Sinh dâng hoa Tam Bảo.
6. Dâng Hương Tam Bảo
7. Đỉnh Lễ Tam Bảo
8. Tụng Đại Bi
9. Mười Đỉnh Lễ Sám Hối

10. Tụng Bát Nhã Tâm Kinh
11. Mười Đỉnh Lễ Tạ Ơn
12. Đại Chúng dâng hoa cúng Phật *(Để CD, hát bài Vu Lan cho đến khi hết người dâng hoa)*
13. Tam Tự Quy
14. Tứ Hoằng Thệ Nguyện, và Hồi Hướng
15. Văn Nghệ, và tiệc mừng Đại Lễ Vu Lan

Chú ý:

Chương trình có thể thay đổi tùy theo hoàn cảnh. và thời gian. Thì dụ: Nếu đã đọc ý nghĩa Vu Lan thì thôi không đọc Nén Tâm Hương cũng là Đóa Hoa Tâm hoặc ngược lại.

Diễn Văn Khai Mạc Đại Lễ Vu Lan

Nam Mô Đại Hiếu Mục Kiền Liên Bồ Tát Ma Ha Tát

Kính Bạch Chư Tôn Giáo Phẩm Tăng, Ni Kính thưa quý vị tại chức của các cơ quan chính quyền địa phương.

Kính thưa quý vị Thiện Tri Thức, các vị Bô Lão, Thân Hào, Nhân Sĩ.

Kính thưa quý vị Chủ Nhiệm Báo Chí, quý vị Ký Giả, quý vị phóng viên Truyền Thanh, Truyền Hình.

Và kính thưa toàn thể quý vị hiện diện ngày hôm nay.

Chúng tôi vô cùng hân hoan chào đón quý vị, và biết ơn tấm lòng quý mến mà quý vị đã dành cho chúng tôi. Nên không tiếc thời gian quý báu của mình, cũng như phải vượt mọi phức tạp chẳng hạn như về: sức khỏe, tuổi tác, phương tiện xe cộ...để tới với chúng tôi, và cùng làm một buổi Đại Lễ Vu Lan như thế này.

Kính thưa quý vị:

Vu Lan là Đạo Hiếu Hạnh, Vu Lan là Đạo khắc cốt, ghi xương. Không những đối với các đấng sinh thành mà còn cả với muôn loài, muôn vật quanh chúng ta nữa. Có phải chăng Vu Lan đây, Đạo Hiếu đây, Đạo ghi ân đây, không chỉ có một ngày, một mùa, mà chúng ta phải nói rằng Vu Lan trong từng phút, từng giây, từng sát na...Nghĩa là Vu Lan không bị giới hạn bởi thời gian! Có như thế mới thật là nghĩa: "Vu Lan".

Ngày Đại Lễ Vu Lan hôm nay, hầu hết chúng ta, ai cũng rất chân thành và đồng một Tâm Thanh Tịnh để kính dâng lên:

Mười phương Chư Phật Tổ

Dâng lên Cửu Huyền Thất Tổ

Dâng lên các Đấng Sinh Thành từ vô thỉ

Dâng lên các bậc cha mẹ hiện tiền, cũng như muôn loài, muôn vật chúng sinh hữu tình, vô tình, hữu hình, vô hình...

Chúng ta nguyện cầu người sống được sức khỏe dồi dào, phúc thọ an khang. Nguyện cầu người đã khuất: các Chiến Sĩ Trận Vong hữu danh, vô danh, các Anh Hùng Liệt Sĩ, các Anh Thư...đã hy sinh vì lý tưởng tự do cho các quốc gia, dân tộc, cùng các cô hồn còn vất vưởng, xin đồng được siêu sinh.

Cũng nhân ngày Đại Lễ Vu Lan, chúng tôi xin chúc toàn thể quý vị được nhiều sức khỏe, thân tâm thường lạc. Để chúng ta cùng noi gương Đại Hiếu của Đức Mục Kiền Liên, mà tiến tới mục đích trọn vẹn cả đôi đường Đời và Đạo.

Xin quý vị nhận nơi đây lòng chân thành cám ơn và ghi ơn một lần nữa, về sự hiện diện của quý vị... đã làm cho buổi lễ thêm phần long trọng, trang nghiêm. Và chúng tôi cũng xin tạ lỗi cho những khuyết điểm không sao tránh khỏi trong suốt buổi Đại Lễ này.

Sau đây, chúng tôi không quên có lời tán dương và biết ơn toàn thể quý vị thành viên của Thiền Viện: kẻ có công, người có của, đều đã tận tụy hy sinh, đóng góp những bàn tay vi diệu, để chúng ta có một Đại Lễ Vu Lan thật là thành công, trong sáng và tươi đẹp như thế này.

Đó là những quý thành viên trong:

- Ban Tổ Chức
- Ban Âm Thực
- Ban Trang Trí
- Ban Văn Nghệ
- Ban Trật Tự
- Ban Vệ Sinh
- Quý Vị MC
- Quý vị Thông Ngôn
- và Quý vị trong Ban Linh Tinh

Kính thưa quý vị, vì thời giờ có hạn, mà còn quá nhiều tiết mục cho nên xin quý vị cho phép chúng tôi tóm tắt cùng một lúc với những:

- Lời Khai Mạc
- Lời Mừng Đại Lễ Vu Lan
- Lời chúc lành, vấn an
- Lời cảm tạ, cùng những lời tạ lỗi về mọi thiếu sót trong buổi lễ này.

Nam Mô Đại Hiếu Mục Kiền Liên Bồ Tát Ma Ha Tát.

Ý Nghĩa Vu Lan

Hỏi còn gì quý báu và cao đẹp hơn tấm lòng hiếu thảo của con cái đối với cha mẹ. Đã nói về lòng hiếu thảo thì không thể nào chúng ta không nhắc đến đức Mục Kiền Liên thời Đức Phật, một gương đại hiếu, toàn vẹn cả về Đời lẫn Đạo! Lòng cực hiếu thảo ấy bất diệt muôn thuở, đã và sẽ còn tồn tại mãi mãi trong những người con hiếu thảo. Nếu không được như vậy, thì cũng nên noi theo gương tuyệt vời ấy, thì mới mong có ngày trọn bề chữ hiếu được. Tại sao vậy?

Chúng ta ai cũng thừa biết là ai cho thân mình, ai cho máu, cho thịt, cho xương, cho răng, cho tóc mình? Ai cho mình bú mớm, ai nuôi nấng mình cực khổ trăm bề cho đến khi khôn lớn?

Rồi lại vẫn còn phải lo làm sao cho mình có ăn, có học, có nghề và dựng vợ, gả chồng?

Thậm chí có những bậc cha mẹ đã tròn bổn phận đối với con, lại tiếp tục lo đến cháu! Ôi bao mồ hôi, bao nước mắt, bao xương máu, bao tiền bạc, bao sức lực đã dốc hết cho con!

Không một ai trong chúng ta không biết rằng cha mẹ là những người chung thủy, tận tụy, bao dung nhất trên đời, vì: cha mẹ đã cho các con hết và cho đến không còn gì để cho nữa.

Đã hiểu thế thì nếu Đạo Hiếu ngay trước mắt, mà không thể trọn vẹn được, thì nói chi đến những chuyện mơ hồ, xa xôi kiếm Đạo gì? Và làm sao mà kiếm được!

Thật ra chúng ta có chẻ thân, đốt xác bao đời, bao kiếp cũng chẳng làm sao mà trả được cái công ơn trời biển ấy. Nói xa rộng hơn thì việc trả hiếu riêng cho cha mẹ thôi vẫn chưa đủ. Thế còn ông bà, thầy tổ, đất nước, Trời Phật và muôn loài chúng sinh: hữu tình, vô tình trong đời này cũng như hằng hà sa số không đếm được cha mẹ, thầy tổ... của chúng ta trong quá khứ thì sao? Thật là vô cùng nan giải!

Tuy nhiên, sự việc có phức tạp và khó khăn đến đâu, nếu chúng ta có lòng, thì cũng không trầm trọng gì cho lắm! Vì tất cả chỉ do một lòng hiếu thảo, nhiều hay ít là tùy tâm mà theo gương đức Mục Kiền Liên.

Nghĩa là dù gian khổ, cực nhọc, nguy hiểm

đến đâu, chúng ta vẫn một lòng tận tụy, chân thành, kiên nhẫn để báo hiếu cho cha mẹ hiện tiền. Đồng thời cũng chính mình tự Tu một cách nghiêm chỉnh y như những đức hạnh vừa kê, thì chẳng chóng thì chầy, sẽ có kết quả là "giác ngộ, giải thoát."

Khi đã có kết quả, thì tự động chúng ta báo hiếu được cha mẹ đời này, cũng như Cha Mẹ bao đời trong quá khứ, và dĩ nhiên tất cả ông bà, Thầy Tổ, đất nước, Trời Phật, muôn loài, muôn vật... đều được trả hiếu đền ơn một cách vô cùng trọn vẹn, vì trong quốc độ của người giác ngộ thì

Một là tất cả, tất cả là Một

Còn sự trả hiếu, đền ơn tương đối thì không mấy mỹ mãn, dù là trả bằng bất cứ cách nào như trả bằng tiền tài, bằng danh vọng, bằng công lao, bằng sự kính trọng, bằng lòng thương xót đến đâu, cũng vẫn chỉ là trả được trong muôn một, trừ phi, song song với tấm lòng chân thành, hiếu hạnh ấy, chúng ta còn phải noi gương đức Mục Kiền Liên mà thí phát đi tu và tu đến thật tuyệt đối rốt ráo, thì sự báo hiếu, đền ơn mới được rốt ráo, tuyệt đối y như vậy.

Nói như thế không có nghĩa là tất cả mọi người đều phải xuất gia đi tu, mà chỉ là tuỳ tâm thành và tuỳ hoàn cảnh, tu nhiều thì kết quả được nhiều, tu ít thì kết quả được ít, tu thật nỗ lực, kết quả sẽ được tuyệt đối, cho nên mọi sự đều do chính chúng ta định đoạt.

Tu hành có nhiều cách:

⇨ Tu tại gia

⇨ Tu xuất gia

Tu cách nào cũng đều đạt được mục đích tối thượng cả.

Đóa Hoa Cài Áo

Chúng ta đang ở trong thế giới Tương Đối, thì đương nhiên phải bị ảnh hưởng bởi đời sống đầy khái niệm Tương Đối này, trong suốt cuộc đời.

Với những khái niệm đang chấp từng cảnh giới tương đối hiện hữu là thật có! Nên lúc nào chúng ta cũng bị đắm chìm trong mọi ý niệm phân biệt hình tướng, danh từ, lời nói, toàn là Nhị Biên.

Thật vậy, suốt cả cuộc đời, hầu như chúng ta hoàn toàn bị chi phối bởi cái ý niệm kiên cố của nhị biên đó! Nên lúc nào cũng sống trong: tốt/xấu, có/không, cao/thấp, sang/hèn, yêu/ghét, sinh/tử ...

Chỉ vì Chấp Thật tất cả mọi thứ như thế, nên mới có sinh, có tử, rồi ngay cả những bông hoa vô tội cũng bị liên hệ mang ý nghĩa này, ý nghĩa kia! Vô tình chúng ta đã ngộ nhận Thật Tướng của Vạn Pháp.

Sự thật trong Đạo Phật thâm sâu, Đệ Nhất Nghĩa Đế thì mọi mất/còn, chết/sống không ảnh hưởng gì đến Phật Pháp! Vì Chân Tâm, Phật Tính không tùy thuộc vào sinh tử. Nó siêu việt Nhị Biên Tương Đối, siêu việt vũ trụ vạn vật, nhưng nó lại không tách rời mọi hình tướng, muôn hình vạn trạng của Vũ Trụ Thế Gian này. Nghĩa là Chân Tâm Phật tính đó ở ngay muôn loài, muôn vật, tức ở ngay chúng ta!

Nếu sự thấu hiểu và niềm tin được Tuyệt Đối, thì chúng ta sẽ biết chắc rằng: Ông Bà, Cha Mẹ, Cửu Huyền Thất Tổ và cả những đóa hoa đều đang cùng chung một Lý Sự Vẹn Toàn!

Chúng ta đón nhận những bông hoa vi diệu: Muôn Mầu Sắc và Không Mầu Sắc, để cài lên áo trong những ngày lễ Vu Lan, để nhận ra rằng: những đóa hoa mà chúng ta đang cài đó, nó chính là hoa, nó chính là chúng ta, và nó cũng chính là Cha Mẹ Cửu Huyền Thất Tổ! Vì trong hiện hữu Tuyệt Đối của Pháp Giới Tính trùng trùng duyên khởi hóa hiện là cảnh giới Bát Nhã trước mắt: "Pháp Giới Dung Thông, Sắc Không Đồng Nhất" nên muôn cảnh vật và ngay cả chúng ta đây đều là Thường Hằng Bất Biến! Cũng là y chỉ của Bát Nhã Tâm Kinh đã nói rõ như vậy:

"Sắc chính là Không, Không chính là Sắc"

Sắc không thể rời **Không** và **Không** không thể rời **Sắc**.

Sắc Không hiện hữu đồng thời đồng lúc nên chúng ta không phải chờ cho **Sắc** diệt đi rồi mới gọi là **Không**! Cái Không ấy là Không của đoạn diệt, của Địa Ngục!

Do đó, chúng ta và toàn vũ trụ không biến mất khi chết, và cũng không phải tái tạo khi chúng ta sinh ra. Cũng vì vậy mà những bông hoa không phải mầu sắc của tang tóc hay không tang tóc.

Chú ý:

Nghĩa Không ở đây là Tính Không, là Chân Không Diệu Hữu.

Dâng Hương Tam Bảo

Nguyện đem lòng thành kính
Gửi theo đám mây hương
Phảng phất khắp mười phương
Cúng dường ngôi Tam Bảo
Thề trọn đời giữ Đạo
Theo Tự Tính làm lành
Cùng pháp giới chúng sinh
Cầu Phật từ gia hộ
Tâm Bồ Đề kiên cố
Xa bể khổ nguồn mê
Chóng quay về bờ giác

Tán Phật

Đấng Pháp Vương vô thượng
Ba cõi chẳng ai bằng
Thầy dạy khắp trời, người
Cha lành chung bốn loài
Quy y tròn một niệm
Dứt sạch nghiệp ba kỳ
Xưng dương cùng tán thán
Ức kiếp không cùng tận

Quán Tưởng

Phật, chúng sinh tính thường rỗng lặng
Đạo cảm thông không thể nghĩ bàn
Lưới Đế Châu ví đạo tràng
Mười phương Phật Bảo, hào quang sáng ngời
Trước Bảo Tọa, thân con ảnh hiện
Cúi đầu xin thề nguyện quy y

Đảnh Lễ Tam Bảo

Chí Tâm Đỉnh Lễ:

Nam mô tận hư không biến pháp giới,
Quá, hiện, vị lai, thập phương Chư Phật,
Tôn Pháp, Hiền Thánh, Tăng,
Thường trụ Tam Bảo.

(Chuông)

Chí Tâm Đỉnh Lễ:

Nam mô Sa Bà Giáo Chủ,
Bốn Sư Thích Ca Mâu Ni Phật.
Đương lai hạ sinh Di Lặc Tôn Phật.
Đại Trí Văn Thù Sư Lợi Bồ Tát.
Đại Hạnh Phổ Hiền Bồ Tát.
Hộ Pháp Chư Tôn Bồ Tát.
Linh Sơn Hội Thượng Phật Bồ Tát.

(Chuông)

Chí Tâm Đỉnh Lễ:

Nam mô Tây Phương Cực Lạc Thế Giới
Đại từ, đại bi A Di Đà Phật,
Đại bi Quán Thế Âm Bồ Tát,
Đại Thế Chí Bồ Tát,
Đại nguyện Địa Tạng Vương Bồ Tát,
Thanh tịnh Đại Hải Chúng Bồ Tát

(Chuông)

Chú Đại Bi

Nam Mô Đại Bi Hội Thượng Phật

(3 lần)

Thiên thủ thiên nhãn vô ngại đại bi tâm đà la ni. Nam mô hắc ra đát na đa ra dạ da.

Nam mô a rị da, bà lô yết đế thước bát ra da, bồ đề tát đỏa bà da, ma ha tát đỏa bà da, ma ha ca lô ni ca da, án, tát bàn ra phạt duệ số đát na đát tỏa.

Nam mô tất kiết lật đỏa y mông a rị da, bà lô kiết đế thất Phật ra lăng đà bà.

Nam mô na ra cẩn trì hê rị ma ha bàn đa sa mế, tát bà a tha đậu du bằng, a thệ dựng, tát bà tát đa, na ma bà dà, ma phạt đạt đậu, đát điệt tha. Án a bà lô hê, lô ca đế, ca ra đế, di hê rị, ma ha bồ đề tát đỏa, tát bà tát bà, ma ra ma ra, ma hê ma hê, rị đà dựng, cu lô cu lô kiết mông, độ lô độ lô, phạt xà da đế, ma ha phạt xà da đế, đà ra đà ra, địa rị ni, thất Phật ra da, dá ra dá ra. Mạ mạ phạt ma ra. Mục đế lệ, y hê di hê, thất na thất na a ra sâm Phật ra xá lợi, phạt sa phạt sâm, Phật ra xá da, hô lô hô lô, ma ra hô lô hô lô hê rị, ta ra ta ra, tất rị tất rị, tô rô tô rô, bồ đề dạ, bồ đề dạ, bồ đà dạ, bồ đà dạ.

Di đế rị dạ, na ra cẩn trì địa rị sắc ni na, ba dạ ma na ta bà ha. Tất đà dạ ta bà ha.

Ma ha tất đà dạ, ta bà ha. Tất đà du nghệ thất bàn ra dạ, ta bà ha. Na ra cẩn trì ta bà ha. Ma ra na ra ta bà ha. Tất ra tăng a mục khê da, ta bà ha. Ta bà ma ha, a tất đà dạ, ta bà ha. Giả kiết ra a tất đà dạ, ta bà ha. Bà đà ma yết tất đà dạ, ta bà ha. Na ra cẩn trì bàn đà ra dạ, ta bà ha. Ma bà lị thắng yết ra dạ, ta bà ha.

Nam mô hắc ra đát na, đa ra dạ da. Nam mô a rị da, bà lô yết đế, thước bàng ra dạ, ta bà ha.

Án tất điện đô, mạn đa ra, bạt đà dạ, ta bà ha.

(3 lần)

Khai Thị Mười Đỉnh Lễ Sám Hối

Bởi nhất niệm vô minh là nhân, nên chúng con đã tạo tội lỗi tầy trời! Để rồi chúng con phải nhận cái quả khổ đau là thân tâm mình bị trôi lăn trong sinh tử, không bao giờ dứt.

Nay chúng con đã tỉnh ngộ, đã biết hổ thẹn, đã biết hối hận và muốn tự giải thoát thân tâm mình khỏi những phiền não sinh tử ấy! Cho nên chúng con xin dùng thân tâm tội lỗi này, để làm lễ chân thật sám trừ, ăn năn mọi tội lỗi mà chúng con đã lỡ tạo.

Chúng con cũng xin nguyện tu hành và hồi cải ngay cho những tội lỗi sau nếu có, dù chỉ là những tư tưởng thoáng qua...

Để Sám Hối, chúng con xin được bắt đầu làm:

MƯỜI ĐỈNH LỄ SÁM HỐI

Lễ Sám Hối thứ nhất:

Chúng con xin nhất tâm khấu đầu đỉnh lễ sám hối: Chư Phật Tổ, Chư Bồ Tát, Chư Hiền Thánh Tăng về tất cả mọi tội lỗi, dù vô tình hay cố ý! Nếu chúng con đã lỡ phạm qua bao đời không thể nhớ từ vô thỉ cho đến nay, như những tội:

- Tội phỉ báng Tam Bảo
- Tội không tin Tam Bảo
- Tội dám xúc phạm, làm hư hại đến thánh thể của quý ngài.

(Đó là những tội lỗi đối với Chư Phật Tổ, Chư Bồ Tát, Chư Hiền Thánh Tăng)

(Chuông)

Lễ Sám Hối thứ hai:

Chúng con xin thành tâm khấu đầu đỉnh lễ sám hối: Cửu Huyền Thất Tổ, Ông Bà, Cha Mẹ, Tổ Tiên, đôi dòng Nội Ngoại **đã quá vãng** về tất cả mọi tội lỗi dù vô tình hay cố ý! Nếu chúng con đã lỡ phạm qua nhiều đời không thể nhớ, từ vô thỉ đến nay như những tội:

- Tội bất hiếu, bất kính *(đối với Cửu Huyền Thất Tổ)*
- Tội bội bạc, vô ơn *(đối với Cửu Huyền Thất Tổ)*
- Tội bại hoại gia phong *(đối với Cửu Huyền Thất Tổ)*
- Tội khinh khi, phi báng, nói xấu; tội quên cội, quên nguồn, quên giòng, quên giống đối với Cửu Huyền Thất Tổ

(Đó là những tội lỗi đối với Cửu Huyền Thất Tổ, Ông Bà, Cha Mẹ, Tổ Tiên, Nội Ngoại, đã quá vãng của chúng con)

(Chuông)

Lễ Sám Hối thứ ba:

Chúng con xin thành tâm khấu đầu đỉnh lễ sám hối: Ông Bà, Cha Mẹ và đôi giòng Nội Ngoại **đang hiện tiền** về mọi tội lỗi, dù vô tình hay cố ý! Nếu chúng con đã lỡ phạm tội bất hiếu qua bao đời không thể nhớ từ vô thỉ đến nay.

Và nếu còn tiếp diễn, là dám xúc phạm đến Ông Bà Cha Mẹ của đôi bên Nội Ngoại như những tội:

- Tội ngạo mạn, cãi lời *(Ông Bà Cha Mẹ)*
- Tội độc ác, khinh khi *(Ông Bà Cha Mẹ)*
- Tội thù hằn, mắng nhiếc *(Ông Bà Cha Mẹ)*
- Tội dằn hắt, tư lợi cho bản thân, cho gia đình riêng của mình, mà lợi dụng công lao, tiền tài, sức lực của Ông Bà Cha Mẹ.
- Tội vô ơn, bội nghĩa, vu oan, phản phúc Ông Bà Cha Mẹ.
- Tội hành hạ và đánh giết Ông Bà Cha Mẹ.

(Đó là những tội lỗi bất hiếu, bất kính đối với Ông Bà, Cha Mẹ đôi dòng nội ngoại đang hiện tiền của chúng con)

(Chuông)

Lễ Sám Hối thứ tư:

Chúng con xin thành tâm khấu đầu đỉnh lễ sám hối: các Sư Trưởng, các Thiện Tri Thức, các Ân Nhân về mọi tội lỗi... nếu chúng con đã lỡ phạm dù vô tình hay cố ý, qua bao đời không thể nhớ từ vô thỉ đến nay, và nếu còn tiếp diễn như những tội:

- Tội vong ân, bạc bẽo *(đối với quý Sư Trưởng, Thiện Tri Thức, và ân nhân)*
- Tội lừa lọc, bội phản *(đối với quý Sư Trưởng, Thiện Tri Thức, và ân nhân)*
- Tội cạnh tranh, ngạo mạn *(đối với quý Sư Trưởng, Thiện Tri Thức, và ân nhân)*
- Tội ích kỷ, ghét ghen *(đối với quý Sư Trưởng, Thiện Tri Thức, và ân nhân)*
- Tội dèm pha, nói xấu *(đối với quý Sư Trưởng, Thiện Tri Thức, và ân nhân)*
- Tội khinh khi, lợi dụng *(đối với quý Sư Trưởng, Thiện Tri Thức, và ân nhân)*
- Tội đánh đập, giết hại *(đối với quý Sư Trưởng, Thiện Tri Thức, và ân nhân)*

(Đó là những tội lỗi đối với các Ân Sư, các Thiện Tri Thức và các ân nhân của chúng con)

(Chuông)

Lễ Sám Hối thứ năm:

Chúng con với lòng thành thật xin khấu đầu đỉnh lễ sám hối: Họ hàng nội/ngoại, chú bác, cô dì, anh, chị, em... về tất cả mọi tội lỗi dù vô tình hay cố ý! Nếu chúng con đã lỡ phạm qua bao đời không thể nhớ, từ vô thỉ đến nay và nếu còn tiếp diễn như những tội :

- Tội ích kỷ, ghét ghen *(đối với họ hàng nội ngoại)*
- Tội vô ơn, bội nghĩa *(đối với họ hàng nội ngoại)*
- Tội vu oan, giá họa *(đối với họ hàng nội ngoại)*
- Tội tranh đua, ngạo mạn *(đối với họ hàng nội ngoại)*
- Tội tị hiềm, dối trá *(đối với họ hàng nội ngoại)*
- Tội thêu dệt, điêu ngoa *(đối với họ hàng nội ngoại)*
- Tội dèm pha, nói xấu *(đối với họ hàng nội ngoại)*

- Tội sân hận, tham lam *(đối với họ hàng nội ngoại)*
- Tội tranh chấp, tư lợi *(đối với họ hàng nội ngoại)*
- Tội thù hằn, và làm hại *(đối với họ hàng nội ngoại)*

(Đó là những tội lỗi xấu xa, ganh đua, tị hiềm, nhỏ nhen đối với họ hàng nội ngoại của chúng con)

(Chuông)

Lễ Sám Hối thứ sáu:

Chúng con nhất dạ, một lòng xin khấu đầu đỉnh lễ sám hối: tất cả các vợ chồng, và chồng vợ về mọi tội lỗi dù vô tình hay cố ý! Nếu chúng con đã lỡ phạm qua bao đời không thể nhớ, từ vô thỉ đến nay, và nếu còn tiếp diễn mọi lỗi lầm như những tội:

- Tội ngoại tình, lén lút *(sau lưng vợ hay chồng của mình)*
- Tội dối trá, điêu ngoa *(đối với vợ hay chồng của mình)*

- Tội lợi dụng, bắt nạt *(đối với vợ hay chồng của mình)*
- Tội lừa lọc, nhỏ nhen *(đối với vợ hay chồng của mình)*
- Tội hơn thua, ích kỷ *(đối với vợ hay chồng của mình)*
- Tội tị hiềm ghen ghét *(đối với vợ hay chồng của mình)*
- Tội tranh giành tư lợi *(đối với vợ hay chồng của mình)*
- Tội hành hạ, độc ác *(đối với vợ hay chồng của mình)*
- Tội chửi mắng, nhục mạ *(đối với vợ hay chồng của mình)*
- Tội cướp đoạt, vu oan *(đối với vợ hay chồng của mình)*
- Tội đánh đập, và giết hại *(đối với vợ hay chồng của mình)*

(Đó là những tội lỗi bất kính, bất chung đối với chồng hay vợ của chúng con)

(Chuông)

Lễ Sám Hối thứ bảy:

Chúng con xin nhất dạ, chí tâm thành khấu đầu đỉnh lễ sám hối: các bạn bè thân sơ, kẻ ân, người oán về tất cả mọi tội lỗi dù vô tình hay cố ý! Nếu chúng con đã lỡ phạm qua bao đời không thể nhớ từ vô thỉ đến nay, và nếu còn tiếp diễn như những tội:

- Tội lừa thầy, phản bạn *(đối với bạn bè, kẻ ân, người oán)*
- Tội tị hiềm, ghen ghét *(đối với bạn bè, kẻ ân, người oán)*
- Tội thêu dệt, điêu ngoa *(đối với bạn bè, kẻ ân, người oán)*
- Tội nhỏ nhen, ích kỷ *(đối với bạn bè, kẻ ân, người oán)*
- Tội vô ơn, bội nghĩa *(đối với bạn bè, kẻ ân, người oán)*
- Tội sân hận, si mê *(đối với bạn bè, kẻ ân, người oán)*
- Tội tư lợi, chấp tranh *(đối với bạn bè, kẻ ân, người oán)*

- Tội vu oan, giá họa *(đối với bạn bè, kẻ ân, người oán)*
- Tội độc ác, ngã mạn *(đối với bạn bè, kẻ ân, người oán)*
- Tội khinh khi, nhục mạ *(đối với bạn bè, kẻ ân, người oán)*
- Tội lợi dụng, cướp đoạt *(đối với bạn bè, kẻ ân, người oán)*
- Tội hành hạ, và giết chóc *(đối với bạn bè, kẻ ân, người oán)*

(Đó là những tội lỗi lừa Thầy, phản bạn đối với bạn bè, kẻ ân, và người oán của chúng con)

(Chuông)

Lễ Sám Hối thứ tám:

Chúng con chí tâm thành xin khấu đầu đảnh lễ sám hối: muôn loài, muôn vật, hữu tình, vô tình, hữu hình, vô hình, nước, lửa, núi, đồi, đất, đá, cỏ, cây... về tất cả mọi tội lỗi dù vô tình hay cố ý! Mà chúng con đã lỡ phạm qua bao đời không thể nhớ hết từ vô thỉ đến nay, và nếu còn tiếp diễn như những tội:

- Tội phá hoại, cướp đoạt nước, lửa, núi đồi, cây cối, đất đá, cỏ cây...
- Tội lợi dụng, phí phạm chúng.
- Tội khinh khi, măng chửi chúng.
- Tội vô ơn, bạc bẽo đối với chúng.
- Tội dã man, độc ác đối với chúng.
- Tội hủy hoại, và giết hại chúng.

(Đó là những tội lỗi đối với muôn loài, muôn vật hữu hình, vô hình, hữu tình, vô tình, đất đá cỏ cây)

(Chuông)

Lễ Sám Hối thứ chín:

Chúng con nhất dạ, một lòng chí tâm thành, xin khấu đầu đỉnh lễ sám hối: tất cả mọi quốc gia, xã hội, toàn thế giới và đại vũ trụ. Về tất cả tội lỗi dù vô tình hay cố ý! Chúng con đã lỡ phạm qua bao đời không thể nhớ từ vô thỉ đến nay, và nếu còn tiếp diễn như những tội:

- Tội không tôn trọng pháp luật mà còn vi phạm luật pháp.

- Tội không gìn giữ của công mà còn lợi dụng, phí phạm làm tổn hại, ăn cắp, ăn cướp vật chất cũng như thời gian của công.
- Tội không tận tâm, tận lực với quốc gia, xã hội; không trung thành với tổ quốc; không bảo tồn đất nước; không trân quý toàn thế giới, đại vũ trụ! Mà ngược lại còn: bội phản, vô ơn, hại dân, hại nước, hại nhân quyền, xã hội, hại chủng tộc, nòi giống, hại toàn thế giới, hại đại vũ trụ để trở thành con người vô liêm sỉ, vô luân thường, đạo đức.

(Đó là những tội lỗi đối với mọi quốc gia, xã hội của chúng con)

(Chuông)

Lễ Sám Hối thứ mười:

Chúng con xin khấu đầu đỉnh lễ sám hối cho chính bản thân tâm chúng con, về tất cả mọi tội lỗi dù vô tình hay hữu ý! Nếu chúng con đã lỡ phạm qua bao đời, không thể nhớ từ vô thỉ đến nay, và nếu vẫn còn tiếp diễn mãi là đang phạm hay sẽ phạm những tội lỗi như:

- Tội sân hận, si mê
- Tội cống cao, ngã mạn
- Tội vô ân, bội nghĩa
- Tội khen mình, chê người
- Tội tham lam, tư lợi
- Tội ích kỷ, ghét ghen
- Tội bất hiếu, bất nghĩa
- Tội điêu ngoa, thêu dệt
- Tội vu oan, hại người
- Tội tranh chấp, hơn thua
- Tội bội phản, nịnh bợ
- Tội ác độc và sát hại...

Với vô minh dầy và tội lỗi hãi hùng như thế, chúng con đã tự tạo cho thân tâm mình thành những con người vô cùng điên đảo! Luôn che chở cho bản ngã xấu xa, hiệp nhất với ác nghiệp, để tự đầy đọa chính thần tâm mình trong luân hồi, sinh tử mà không hay biết gì.

(Đó là những tội lỗi đối với chính thân tâm của chúng con)

(Chuông)

Bát Nhã Tâm Kinh

Nam Mô Bát Nhã Hội Thượng Phật

(3 lần)

Ma Ha Bát Nhã Ba La Mật Đa Tâm Kinh.

Quán Tự Tại Bồ Tát hành thâm Bát Nhã Ba La Mật Đa thời, chiếu kiến ngũ uẩn giai không, độ nhất thiết khổ ách.

Xá Lợi Tử! Sắc bất dị Không, Không bất dị Sắc; Sắc tức thị Không, Không tức thị Sắc; Thọ, Tưởng, Hành, Thức diệc phục như thị.

Xá Lợi Tử! Thị chư Pháp không tướng: bất sinh, bất diệt, bất cấu, bất tịnh, bất tăng, bất giảm. Thị cố, không trung vô Sắc, vô Thọ, Tưởng, Hành, Thức; Vô nhãn, nhĩ, tỷ, thiệt, thân, ý; Vô sắc, thinh, hương, vị, xúc, pháp; Vô nhãn giới, nãi chí vô ý thức giới; Vô vô minh, diệc vô vô minh tận; Nãi chí vô lão tử, diệc vô lão tử tận; Vô khổ, tập, diệt, đạo; Vô trí, diệc vô đắc.

Dĩ vô sở đắc cố, Bồ Đề Tát Đỏa y Bát Nhã Ba La Mật Đa cố, tâm vô quái ngại, vô quái ngại

cố, vô hữu khủng bố, viễn ly điên đảo mộng tưởng, cứu cánh Niết Bàn.

Tam thế Chư Phật y Bát Nhã Ba La Mật Đa cố, đắc A Nậu đa la tam miệu tam bồ đề. Cố tri Bát Nhã Ba La Mật Đa thị đại thần chú, thị đại minh chú, thị vô thượng chú, thị vô đẳng đẳng cất, năng trừ nhất thiết khổ, chân thật bất hư. Cố thuyết Bát Nhã Ba La Mật Đa Chú, tức thuyết chú viết:

Yết đế, yết đế, ba la yết đế ba la tăng yết đế, Bồ đề tát bà ha

(3 lần)

Khấn Nguyện Tạ Ơn

Chúng con xin tạ ơn:

- Chư Phật Tổ, Chư Bồ Tát,
- Chư Hiền Thánh Tăng.
- Tổ Tiên, Ông Bà Cha Mẹ...
- Cửu Huyền Thất Tổ.
- Các Ân Sư, các Thiện Tri Thức, các Ân Nhân.
- Đôi giòng họ hàng nội/ngoại
- Các bạn bè thân và sơ.
- Tất cả kẻ ân và người oán.
- Cùng chư vị đã quá vãng: các oan hồn, không phân biệt tôn giáo, chủng tộc, hay nòi giống.
- Các vị anh hùng liệt sĩ, các vị anh thư vô danh, hữu danh.
- Chúng con cũng xin tạ ơn toàn thể các chư vị hiện tiền, và muôn loài, muôn vật, hữu tình ,vô tình, hữu hình, vô hình...

Để Tạ Ơn, chúng con xin được bắt đầu làm:

MƯỜI ĐỈNH LỄ TẠ ƠN

Lễ Tạ Ơn thứ nhất:

Chúng con mang ơn Tam Bảo, Chư Phật Tổ, Chư Bồ Tát, Chư hiền Thánh Tăng từ vô thỉ đến nay, đã chỉ dạy cho chúng con đường lối giải thoát khỏi sự vô minh dày đặc, cũng là giải thoát mọi phiền não, khổ đau, tức là giải thoát sinh tử luân hồi!

Chúng con xin khấu đầu đỉnh lễ Tam Bảo mười phương để tạ ơn.

(Đó là Lễ Tạ Ơn đối với Chư Phật Tổ, Chư Bồ Tát và Chư Hiền Thánh Tăng)

(Chuông)

Lễ Tạ Ơn thứ hai:

Chúng con mang ơn Quý Ân Sư, từ vô thỉ đến nay, đã giáo huấn, khai ngộ cho chúng con đi đúng đường lối chính pháp, để trở thành những Thiện Nhân đạo đức, biết tu hành theo chính pháp hầu được ra ngoài mọi phiền não và sinh tử. Chúng con xin khấu đầu đỉnh lễ quý ân sư từ vô thủy đến nay để tạ ơn.

(Đó là Lễ Tạ Ơn đối với Quý Ấn Sư của chúng con)

(Chuông)

Lễ Tạ Ơn thứ ba:

Chúng con mang ơn Tổ Tiên, Cửu Huyền Thất Tố, cũng như cha mẹ từ vô thỉ đến nay. Quý Ngài đã sinh thành, dưỡng dục chúng con, đã cho thân mạng này với đầy đủ sáu căn thật hữu dụng, vô cùng đẹp đẽ để học hỏi và thực hành đường lối giác ngộ, giải thoát của Đức Từ Phụ Thích Ca Mâu Ni. Chúng con xin khấu đầu đỉnh lễ để tạ ơn.

(Đó là Lễ Tạ Ơn đối với Tổ Tiên, Cửu Huyền Thất Tổ cũng như cha mẹ từ vô thủy đến nay của chúng con)

(Chuông)

Lễ Tạ Ơn thứ tư:

Chúng con mang ơn các Thiện Tri Thức đã dạy bảo, các bạn bè thân sơ đã khuyên nhủ cùng những ân nhân, những người oán thù từ vô thỉ đến nay, đều là những nhân duyên, đều là những phương tiện tốt, đã giúp đỡ chúng con trên đường Đời cũng như đường Đạo. Chúng con xin khấu đầu đỉnh lễ để tạ ơn.

(Đó là Lễ Tạ Ơn đối với các Thiện Tri Thức, bạn bè thân sơ và kẻ ân, người oán của chúng con)

(Chuông)

Lễ Tạ Ơn thứ năm:

Chúng con mang ơn họ hàng, nội, ngoại xa gần từ vô thỉ đến nay đã giúp đỡ, và khuyên dạy chúng con về đủ mọi mặt trong cuộc đời vô cùng phức tạp này. Chúng con xin khấu đầu đỉnh lễ để tạ ơn.

(Đó là Lễ Tạ Ơn đối với họ hàng nội ngoại gần xa của chúng con)

(Chuông)

Lễ Tạ Ơn thứ sáu:

Chúng con mang ơn tất cả các vợ chồng, chồng vợ, và các con cái, trong đó có những kẻ ân, và cũng có những người oán từ vô thỉ đến nay. Các Ngài đã cho chúng con có chỗ gá vào, để có nhiều cơ hội trả vay, vay trả mọi oán ân, nợ nần và mới có hoàn cảnh, có môi trường học hỏi về Đời, về Đạo hầu tiến tới chân lý giải thoát sinh tử, khổ đau. Chúng con xin khấu đầu đỉnh lễ để tạ ơn.

(Đó là Lễ Tạ Ơn đối với tất cả vợ chồng, chồng vợ và con cái của chúng con)

(Chuông)

Lễ Tạ Ơn thứ bảy:

Chúng con mang ơn muôn loài, muôn vật, chúng sinh, hữu tình, vô tình: đất, nước, gió, lửa, hoa, trái, cỏ cây từ vô thỉ đến nay. Đã cho chúng con có đầy đủ vật dụng trong cuộc sống hàng ngày, đê duy trì thân mạng này mà tu học vê cả hai mặt Đời và Đạo. Chúng con xin khấu đầu đỉnh lễ để tạ ơn.

(Đó là Lễ Tạ Ơn đối với muôn loài muôn vật chúng sinh, hữu tình cũng như vô tình của chúng con)

(Chuông)

Lễ Tạ Ơn thứ tám:

Chúng con mang ơn tất cả các Quốc Gia, Xã Hội, Toàn Thế Giới, và Đại Vũ Trụ. Tất cả các chư vị hiện tiền cũng như các chư vị đã quá vãng. Các oan hồn không phân biệt tôn giáo, chủng tộc, hay nòi giống. Các vị Anh Hùng Liệt Sĩ, các vị Anh Thư hữu danh, vô danh. Muôn loài, muôn vật: hữu tình vô tình, hữu hình vô hình, từ vô thỉ đến nay. Các Ngài đã cho chúng con một cuộc sống thanh bình, trật tự. Một sự tương trợ hài hòa với lòng bác ái, can đảm, hy sinh đầy trách nhiệm. Chúng con xin khấu đầu đỉnh lễ để tạ ơn.

(Đó là Lễ Tạ Ơn đối với Quốc Gia, Xã Hội, Toàn Thế Giới, Đại Vũ Trụ, các anh hùng liệt sĩ và muôn loài muôn vật)

(Chuông)

Lễ Tạ Ơn thứ chín:

Chúng con mang ơn sự vi diệu của Pháp Giới dung thông, các quý vị thuộc thế giới vô hình, hữu hình từ vô thỉ đến nay, đã cho chúng con có một đức tin vững chắc về Tâm Linh, về sự nhiệm mầu trong cuộc sống! Để chúng con có được lòng tự tin, là chính mình cũng có khả năng tự giác về Chân Lý ấy. Chúng con xin khấu đầu đỉnh lễ để tạ ơn.

(Đó là Lễ Tạ Ơn đối với sự vi diệu của Pháp Giới dung thông)

(Chuông)

Lễ Tạ Ơn thứ mười:

Chúng con mang ơn chính thân mạng của chúng con, vì nhờ phúc báu của thân mạng đang hiện hữu này, mà chúng con có muôn vàn cơ hội: để sám hối, để tu sửa, để học hỏi về Đời, về Đạo mà tinh tấn, tiến hóa đến tận cùng, là cứu cánh Chân, Thiện, Mỹ hầu giải thoát chính mình và giải thoát chúng sinh. Chúng con xin khấu đầu đỉnh lễ để tạ ơn.

(Đó là Lễ Tạ Ơn đối với chính thân mạng của chúng con)

(Chuông)

Tam Tự Quy

Tự quy y Phật, đương nguyện chúng sinh,
Thề giải Đại Đạo, phát vô thượng Tâm.

(Chuông)

Tự quy y Pháp, đương nguyện chúng sinh,
Thâm nhập kinh tạng, trí tuệ như hải.

(Chuông)

Tự quy y Tăng, đương nguyện chúng sinh,
Thống lý đại chúng, nhất thiết vô ngại.

(Chuông)

Tứ Hoằng Thệ Nguyện

Chúng sinh vô biên, thệ nguyện độ
Phiền não vô tận, thệ nguyện đoạn
Pháp môn vô lượng, thệ nguyện học
Phật Đạo vô thượng, thệ nguyện thành (chuông)

Hồi Hướng

Nguyện đem Công Đức này
Hướng về khắp tất cả
Đệ tử và chúng sinh
Đều trọn thành Phật Đạo

(Chuông)

Chú ý:

Tùy duyên trong buổi Lễ Vu Lan và thời gian làm dài hay ngắn mà chúng ta uyển chuyển:

- *Lúc thì đọc bài "Ý Nghĩa Vu Lan" (ngắn)*
- *Lúc thì đọc bài "Nén Tâm Hương cũng là Đóa Hoa Tâm" (dài hơn)*

Nén Tâm Hương Cũng Là Đóa Hoa Tâm

(Kính dâng toàn thể quý vị đã từng là ông, bà, cha mẹ, là con, là cháu...)

Phong tục, tập quán không thể thiếu, Phật Pháp không rời pháp thế gian, nên mùa Vu Lan Báo Hiếu vô cùng quan trọng, Nó mãi mãi trường tồn và bất diệt! Vì Vu Lan là Đạo Hiếu, mà đã nói đến chữ "Hiếu", không còn phân biệt tôn giáo, chủng tộc, mầu sắc, thời gian, không gian.

Dù muốn, dù không, đã là con người chúng ta ai chẳng là con cái, ai chẳng là cha mẹ, ai chẳng là dâu rể, ai chẳng là chú bác, cô dì, ai chẳng là ông bà, nội ngoại, ai chẳng là họ hàng, bạn bè...

Nhưng là con người cho đúng nghĩa thì không ai có thể xa rời lòng hiếu thảo trong từng phút, từng giây, từng sát na. Nếu đã hiếu hạnh thì lúc nào chẳng hiếu hạnh, đâu phải chỉ hiếu có một ngày, trong một mùa, hay vài tháng? Mà chúng ta phải hiếu, phải thực hành Vu Lan trong đời sống hàng ngày, từng phút, từng giây và trong suốt cả cuộc đời.

Để nhắc nhở con cháu, và đồng thời, cũng là để nhắc nhở chính chúng ta về lòng hiếu thảo. Sự ghi ân và tạ ơn vô cùng cần thiết! Nên hàng năm vẫn không thể nào thiếu được ngày Đại Lễ Vu Lan truyền thống này.

Trong ngày Đại Lễ Vu Lan, ai cũng có một cảm giác riêng: kẻ vui, người buồn lẫn lộn để rồi, lòng chúng ta cùng chùng xuống, cùng bùi ngùi, súc động, lắng nghe những kỷ niệm, những công lao hiện tiền và quá khứ của chư Phật Tổ, của các vị Ân Sư, của Tổ Tiên, ông bà, cha mẹ v.v... cho nên ngày hôm nay, chúng ta quy tụ nơi đậy với một Tâm chân thành, thanh tịnh đồng nhất. Chúng ta làm đất chuyển, trời rung, vì sự chiêu cảm vô cùng bén nhậy của sự vi diệu nhiệm mầu: âm dương đồng nhất, pháp giới dung thông không ngoài Thân Tâm đang hiện hữu của chúng ta.

Quý vị có biết chúng ta là ai đang hiện diện nơi đây? Và đang cùng góp mặt trong buổi lễ này không?

Nếu nói về Đời là sự tiếp nối về huyết thống thì:

Chúng ta là một gạch nối trọng đại, sâu đậm; một liên hệ mật thiết, thiêng liêng từ vô thỉ của: ông bà, cha mẹ, Cửu Huyền Thất Tổ cùng những ân sư, thầy tổ, họ hàng, bạn bè, muôn loài, muôn vật chúng sinh... Đó là một đại gia đình với giây liên hệ hữu-hình.

Còn nói về Đạo, với sự Vô Hình thì:

Chúng ta là cái vốn Vô Sinh, tức cái Vô Hình Tướng, cũng là cái "Thật Tướng" của toàn Vũ Trụ Vạn Vật mà theo y nghĩa của Bát Nhã Tâm Kinh:

"Hữu Hình không rời Vô Hình"

"Sắc tức là Không, Không tức là Sắc"

cho nên nó tự động trọn vẹn cả mặt Đời lẫn mặt Đạo.

Do đó, nếu chúng ta chịu suy tư và hiểu rốt ráo đến độ siêu vi tế nhất! Thì còn gì tuyệt diệu, nhiệm mầu hơn, khi chúng ta đang hiển hiện nơi đây để: cùng nhắc nhở nhau về tấm lòng hiếu thảo, về ơn nghĩa sinh thành.. rồi cùng tán dương, ghi ân và cùng tạ ơn trong buổi lễ này.

Vâng, để cùng nhắc nhở nhau rằng: Chẳng có cái gì quý báu hơn, cao đẹp hơn tấm lòng hiếu thảo của con cái đối với cha mẹ. Và khi đã nói về lòng hiếu-thảo thì không thể nào chúng ta không nhắc đến đức Mục Kiền Liên thời Đức Phật. Một gương đại hiếu, vẹn toàn cả về Đời lẫn Đạo. Lòng cực hiếu-thảo ấy bất-diệt, tồn-tại mãi mãi trong những người con có hiếu.

Còn những ai nếu không được hiếu hạnh cho lắm, thì cũng nên noi theo gương tuyệt vời này mới mong trọn bề chữ hiếu được, tại sao vậy?

Chúng ta ai cũng thừa biết là: ai cho thân mình, ai cho máu, cho thịt, cho xương, cho răng, cho tóc mình? Ai cho mình bú mớm, ai nuôi nấng mình cực khổ trăm bề cho đến khi khôn lớn? Rồi lại vẫn còn phải lo làm sao cho mình có ăn, có học, có nghề và dựng vợ, gả chồng! Thậm chí có những bậc cha mẹ đã tròn bổn phận đối với con, lại còn tiếp tục lo đến cháu!

Ôi bao mồ hôi, bao nước mắt, bao xương máu, bao bạc tiền, bao sức lực đã dốc hết cho con! Hỏi có ai lại không biết rằng cha mẹ là những người chung thủy, tân tụy, bao dung nhất trên đời? Vì cha mẹ đã cho chúng ta hết, và cho đến không còn gì để cho nữa.

Đã hiểu thế thì Đạo Hiếu ngay trước mắt mà chúng ta còn không thể trọn vẹn được, thì nói gì đến những chuyện mơ hồ, xa xôi đi kiếm Đạo gì? Và làm sao mà kiếm được!

Vậy chúng ta có chẻ thân, đốt xác bao đời, bao kiếp cũng chẳng làm sao mà trả được cái công ơn trời biển ấy. Nói xa rộng hơn, thì việc trả hiếu riêng cho cha mẹ thôi vẫn chưa đủ, thế còn: ông bà, thầy tổ, đất nước, trời phật, và muôn loài chúng sinh hữu tình, vô tình trong đời này cũng như hằng hà sa số không đềm được cha mẹ, thầy tổ... của chúng ta trong quá khứ thì sao? Thật là vô cùng nan giải!

Tuy nhiên, sự việc có khó-khăn và phức tạp đến đâu? Nếu có lòng, thì cũng không gì có thể ngăn cản được! Vị tất cả chỉ do một lòng hiếu-thảo. Còn sự hiếu hạnh nhiều hay ít là tùy tâm, mà theo gương đức Mục Kiền Liên, nghĩa là: dù gian khổ, cực nhọc, nguy hiểm đến đâu, chúng ta vẫn vừa tu vừa hành một cách chân chính, dù là Tu Sĩ hay Cư Sĩ cũng vậy, cứ một lòng tận tụy, chân-thành, kiên-nhẫn để báo hiếu cha mẹ hiện tiên. Đồng thời với những đức hạnh vừa kế, chúng ta đem thực hành thật nỗ lực, thật nghiêm chỉnh, thật "Ba La Mật" để ân trọn, nghĩa đền đối với muôn người, muôn vật... là ta đã theo đúng chân lý giải thoát! Thì chẳng chóng thì chầy, sẽ có kết quả là sự "Giác Ngộ". Khi giây phút giác ngộ tới, tự động chúng ta đã báo hiếu trọn vẹn đối với cha mẹ đời này; Cha mẹ bao đời trong quá khứ, và dĩ nhiên cũng trọn vẹn báo hiếu được: ông bà, thầy Tổ, đất nước, trời, Phật, cùng muôn loài, muôn vật... Vì trong quốc độ của người Giác Ngộ thì:

"Một là Tất Cả, Tất Cả là Một "

Cho nên phương cách Báo Hiếu này thật là mỹ mãn, không có chút sơ hở nào cả! Trong Kinh Đức Phật đã dậy: ***"Đạo Phật là Đạo Hiếu"*** thật đúng lắm thay!

Còn sự trả hiếu, đền ơn tương đối thì không

mấy vẹn toàn, cho dù là trả bằng bất cứ cách nào như: Trả bằng tiền tài, bằng danh vọng, bằng công lao, bằng sự kính trọng, bằng lòng thương xót đến đâu thì cũng vẫn chỉ là trả được trong muôn một! Trừ phi, xin nhắc lại, song song với tấm lòng chân thành, hiếu hạnh ấy, chúng ta còn phải noi gương đức Mục Kiền Liên mà thí phát đi tu, và tu đến thật tuyệt đối rốt ráo, thì sự báo hiếu, đền ơn mới được rốt ráo, tuyệt đối y như vậy.

Nói như thế không có nghĩa là tất cả mọi người đều phải xuất gia đi tu! Mà chỉ là tuỳ tâm thành và tuỳ hoàn cảnh: tu nhiều thì kết quả được nhiêu, tu ít kêt quả được it, tu thật nỗ lực, kết quả sẽ được tuyệt đối. Cho nên mọi sự đều do chính chúng ta định đoạt. Tu hành có nhiều cách:

Tu tại gia, tu xuất gia, tu cách nào cũng đều đạt được mục đích tối thượng cả.

Để kết luận là đang từ lòng hiếu thảo, nghĩa báo đền, nếu tiến lên một bước sâu sắc hơn, chúng ta biến Đạo Hiếu Vu Lan thành Đạo giải thoát.

Người ta thường nói rằng:

"Đời không trọn, thì Đạo chẳng vẹn".

Nên "**Chữ Hiếu**" một khi đã "trọn", thì Đạo cũng sẽ được "vẹn", như vậy mới hoàn toàn xong nhiệm vụ và sứ mạng làm thân con người! Đức Phật dạy:

"***Chỉ có loài người, mới có đầy đủ sáu căn: mắt, tai, mũi, lưỡi, thân, ý, nên mới có thể tu hành đến giác ngộ, giải thoát mà thôi.***".

Vậy để không uổng phí cơ hội đang được làm người! Thì tại sao chúng ta không dùng ngay thân này để tu hành cho thật hết vô minh đi, vì hêt vô minh là giác ngộ.

Cốt tủy của Đạo Phật là giác ngộ, là giải thoát sinh tử, mà khi đã giải thoát được mình, là sẽ giải thoát được người! Vì trong quốc độ của người giác ngộ, thì pháp giới dung thông suốt vũ trụ vạn vật, do đó mà:

"Một là tất cả, tất cả là một."

Hiện tại chúng ta chưa giác ngộ trọn vẹn, vì mới hiểu có phần lý thuyết, tức là "giải ngộ" mà thôi! Nhưng cũng đã quý hóa lắm rôi. Vì có được sự giải ngộ, thì chúng ta mới có tấm bản đồ để đi, và nếu cứ thực hành đúng như lý thuyết ấy mãi, thì rồi cũng sẽ đạt tới mục đích Tối Thượng là trọn vẹn giác ngộ cả Lý lẫn Sự!

Khi đã hiểu rõ như vậy, và muốn sự báo hiếu cũng rốt ráo như thế, thì từ nay trở đi và ngay bây giờ chúng ta hãy cùng nhau thực hành trong buổi Lễ Vu Lan hôm nay.

Là dùng tấm thân hiện hữu này, tức dùng cái gạch nối sâu đậm, là cái liên hệ thiêng liêng của ông bà, cha mẹ, tổ tiên từ vô thỉ để cùng "Thiền": hãy để Tâm như hư không, đầu óc đừng cho có một vọng niệm nào của quá khứ, hiện tại hay vị lai! Mà chỉ duy nhất một Tâm niệm thanh tịnh thôi, thì sự chiêu cảm sẽ tự dung thông, tự hòa đồng pháp giới, tự đồng nhất âm dương. Giây phút này đây, chính chúng ta là quá khứ, là hiện tại, là tương lai, là nén Tâm Hương vi diệu vẹn toàn, tức nén tâm hương đúng nghĩa:

"Giới Hương, Định Hương, Tuệ Hương,
Giải Thoát, Giải Thoát Tri Kiến Hương"

Cũng là Đóa Hoa Tâm nữa. Như vậy hỏi có thiết thực không? Và có phải chúng ta đang dùng Nén Tâm Hương này, Đóa Hoa Tâm này, chính là Thân Tâm hiện hữu của chúng ta đây! Để đồng kính dâng lên cho buổi Lễ Vu Lan báo hiếu hôm nay?

Đồng thời chúng ta cung dang cung tổ tiên, cha mẹ, cửu huyền thất tổ, muôn loài, muôn vật là Đồng Nhất từ vô thỉ! Đang quỳ xuống đây để cùng làm lễ sám hối, cùng chú tâm lắng nghe những lời khai thị, cùng chú tâm theo dõi nhất cử, nhất động trong suốt buổi lễ này. Đó là chúng ta đang thực hành và thực dụng "Thiền".

Rồi lại cùng nhau tụng và nương theo những câu Kinh Bát Nhã, để cùng nhận ra Chân Tâm Bát Nhã của mình! Nếu vẫn một quy tắc như đã nói ở trên mà thực tập "Thiền" trong từng sát na, suốt đời mình.

Có nghĩa là trong cuộc sống hàng ngày: nhất cử, nhất động chúng ta đều áp dụng "Thiền" vào công việc, tức đã biết áp dụng sự chú ý tuyệt đối, lại còn biết buông xả đến tận cùng những vướng mắc của Thân Tâm như: Danh Tài, Ai, Dục và mọi Tập Khí Thói Hư Tật Xấu... thì đầy chính là Vu Lan trong từng giây phút!

Cũng là Nén Tâm Hương, là Đóa Hoa Tâm Vi Diệu nhiệm mầu thường hằng bất biến đúng nghĩa.

NGHI THỨC CẦU AN

NGHI THỨC CẦU AN

Thiền Tọa 15 phút

Dâng Hương Tam Bảo

Khai Thị Cầu An

Giot Nước Cam Lồ

Tụng Đại Bi

Khai Thị Sám Hối

Sám Hối Tổng Quát

Sám Hối Rốt Ráo

Mười Đỉnh Lễ Sám Hối

Kệ Sám Hối

Tụng Bát Nhã Tâm Kinh

Tam Tự Quy

Tứ Hoằng Thệ Nguyện

Hồi Hướng

Dâng Hương Tam Bảo

Nguyện đem lòng thành kính
Gửi theo đám mây hương
Phảng phất khắp mười phương
Cúng dường ngôi Tam Bảo
Thề trọn đời giữ Đạo
Theo Tự Tính làm lành
Cùng pháp giới chúng sinh
Cầu Phật từ gia hộ
Tâm Bồ Đề kiên cố
Xa bể khổ nguồn mê
Chóng quay về bờ giác

Tán Phật

Đấng Pháp Vương vô thượng
Ba cõi chẳng ai bằng
Thầy dạy khắp trời, người
Cha lành chung bốn loài
Quy y tròn một niệm
Dứt sạch nghiệp ba kỳ
Xưng dương cùng tán thán
Ức kiếp không cùng tận

Quán Tưởng

Phật, chúng sinh tính thường rỗng lặng
Đạo cảm thông không thể nghĩ bàn
Lưới Đế Châu ví đạo tràng
Mười phương Phật Bảo, hào quang sáng ngời
Trước Bảo Tọa, thân con ảnh hiện
Cúi đầu xin thề nguyện quy y

Đảnh Lễ Tam Bảo

Chí Tâm Đỉnh Lễ:

Nam mô tận hư không biến pháp giới,
Quá, hiện, vị lai, thập phương Chư Phật,
Tôn Pháp, Hiền Thánh, Tăng,
Thường trụ Tam Bảo.

(Chuông)

Chí Tâm Đỉnh Lễ

Nam mô Sa Bà Giáo Chủ,
Bốn Sư Thích Ca Mâu Ni Phật.
Đương lai hạ sinh Di Lặc Tôn Phật.
Đại Trí Văn Thù Sư Lợi Bồ Tát.
Đại Hạnh Phổ Hiền Bồ Tát.
Hộ Pháp Chư Tôn Bồ Tát.
Linh Sơn Hội Thượng Phật Bồ Tát.

(Chuông)

Chí Tâm Đỉnh Lễ

Nam mô Tây Phương Cực Lạc Thế Giới
Đại từ, đại bi A Di Đà Phật,
Đại bi Quán Thế Âm Bồ Tát,
Đại Thế Chí Bồ Tát,
Đại nguyện Địa Tạng Vương Bồ Tát,
Thanh tịnh Đại Hải Chúng Bồ Tát

(Chuông)

Khai Thị Cầu An

Tâm bình thường, thì thân an lạc.

Tâm không bình, thì thân không yên ổn.

Muốn bình an thì:

- Tâm không điên đảo;
- Thân không làm những điều sai quấy;
- Miệng không thốt những lời ngạo mạn, tranh đua, cay đắng, nhỏ nhen, hiềm khích, hận thù, xúc xiểm, xúi bẩy...

Nếu lỡ đã tạo nghiệp, hay lỡ đang tạo nghiệp, hay sẽ tạo nghiệp là vi phạm vào một trong ba điều sau đây:

- Phạm lỗi, bởi tâm ý điên đảo;
- Phạm lỗi, bởi thân làm sai quấy;
- Phạm lỗi, bởi miệng lưỡi sắc bén hơn dao.

Đã gây nghiệp thì hậu họa của ba đời quá khứ, hiện tại, vị lai không thể nào tránh. Những bịnh tật, những tại ương, mọi phiên não khủng hoảng, lo lắng, bất an, và những hoạn nạn nặng/nhẹ xảy ra! Đều là do cái nhân chúng ta đã gieo, thì cái quả tương ứng chúng ta sẽ phải nhận lĩnh là thế. Do đó mà có những bịnh tật bẩm sinh hay những bịnh nan y trầm trọng cũng không có gì là lạ.

Bởi vậy, chúng ta hãy chí tâm thành xin sám trừ: những tội lỗi đã lỡ phạm, những tội lỗi đang phạm, dù là vô tình hay hữu ý. Đồng thời chúng ta cũng nhất tâm thành khẩn xin phát nguyện, để cải hối mọi tội lỗi sau, nếu lỡ còn một ý niệm toan tính nào sẽ làm, hay dù không làm, mà chỉ là một ý niệm vừa thoáng khởi thôi, do những thói hư, tật xấu lưu cữu của nhiều đời! Thì chúng ta cũng nhất quyết xin sám hối, xin trừ khử thật lòng, thật dạ, với sự nhất tâm, nhất trí thì tất nhiên:

- Tâm chúng ta sẽ bình an;
- Thân chúng ta sẽ an lành;
- Bịnh tật chúng ta sẽ chấm dứt;
- Tâm ý chúng ta sẽ thanh tịnh.

Nếu được đúng như vậy thì: Sự bình an sẽ hiện tiền ngay tức khắc, và chúng ta cũng không còn phải lo sợ, phải đi tìm, phải đi cầu bình an nữa.

Vâng, chỉ có thế. Nếu biết áp dụng, biết thực hành đúng mức như những gì đã được giải thích ở trên, thì Thân Tâm chúng ta dù chẳng muốn thường lạc, nó cũng vẫn thường lạc! Đúng như câu chúng ta thường chúc cho nhau hàng ngày để cầu mong sao cho được: "*Thân Tâm Thường Lạc*."

Tuy nhiên, lý thì như vậy, nhưng sự thì quý vị vẫn phải siêng năng thực hành, tức là luôn luôn tự sám, tự chừa, tự hối cải... nếu vẫn không thấy hữu hiệu, và vẫn còn cảm thấy Tâm mình bất an, ăn không ngon, ngủ không yên vì không tự tin! Cho nên cần đi cầu an thì cứ việc đi cho vững tâm hơn. Nhưng trong những buổi lễ cầu an, rất cần có những vị minh sư thật chân chính để khai thị, và chứng minh cho lòng chân thành, thật tâm muốn sám trừ, và muốn cải hối những tội lỗi của chúng ta thì sẽ có kết quả như ý hơn.

Giọt Nước Cam Lồ

Nhành dương liễu rỏ giọt nước cam lồ
Thanh tịnh rẩy rồi, tỉnh mộng hết mơ
Bao vọng nghiệp, não phiền tiêu sạch hết
Cực Lạc hiện đây, hỏi có ai ngờ!
Nam Mô Thanh Lương Địa Bồ Tát,
Ma Ha Tát.
(Xin tiếp tục trì tụng câu này cho đến khi hết tẩy tịnh)

"Nam Mô Thanh Lương Địa Bồ Tát, Ma Ha Tát"...

(Chuông)

Chú Đại Bi

Nam Mô Đại Bi Hội Thượng Phật

(3 lần)

Thiên thủ thiên nhãn vô ngại đại bi tâm đà la ni. Nam mô hắc ra đát na đa ra dạ da.

Nam mô a rị da, bà lô yết đế thước bát ra da, bồ đề tát đỏa bà da, ma ha tát đỏa bà da, ma ha ca lô ni ca da, án, tát bàn ra phạt duệ số đát na đát tỏa.

Nam mô tất kiết lật đỏa y mông a rị da bà lô kiết đế thất Phật ra lăng đà bà.

Nam mô na ra cẩn trì hê rị ma ha bàn đa sa mế, tát bà a tha đậu du bằng, a thệ dựng, tát bà tát đa, na ma bà dà, ma phạt đạt đậu, đát điệt tha. Án a bà lô hê, lô ca đế, ca ra đế, di hê rị, ma ha bồ đề tát đỏa, tát bà tát bà, ma ra ma ra, ma hê ma hê, rị đà dựng, cu lô cu lô kiết mông, độ lô độ lô, phạt xà da đế, ma ha phạt xà da đế, đà ra đà ra, địa rị ni, thất Phật ra da, đá ra dá ra. Mạ mạ phạt ma ra. Mục đế lệ, y hê di hê, thất na thất na a ra sâm Phật ra xá lợi, phạt xa phạt

sâm, Phật ra xá da, hô lô hô lô ma ra, hô lô hô lô hê rị, tạ ra ta ra, tất rị tất rị, tô rô tô rô, bồ đề dạ bồ đề dạ, bồ đà dạ bồ đà dạ.

Di đế rị dạ, na ra cẩn trì địa rị sắc ni na, ba dạ ma na ta bà ha. Tất đà dạ ta bà ha. Ma ha tất đà dạ ta bà ha. Tất đà du nghệ thất bàn ra dạ, ta bà ha. Na ra cấn trì ta bà ha.

Ma ra na ra ta bà ha. Tất ra tăng a mục khê da, ta bà ha. Ta bà ma ha, a tất đà dạ, ta bà ha. Giả kiết ra a tất đà dạ, ta bà ha. Bà đà ma yết tất đà dạ, ta bà ha. Na ra cẩn trì bàn đà ra dạ, ta bà ha. Ma bà lị thắng yết ra dạ, ta bà ha.

Nam mô hắc ra đát na, đa ra dạ da. Nam mô a rị da, bà lô yết đế, thước bàng ra dạ, ta bà ha.

Án tất điện đô, mạn đa ra, bạt đà dạ, ta bà ha.

(3 lần)

Khai Thị Sám Hối

Sám Hối cũng là một hình thức tự xưng tội, tự thú nhận tội ác để ăn năn, để sửa đổi và để thề nguyện sẽ không bao giờ còn tái phạm những tội lỗi ấy nữa.

Sám Hối để Thân Tâm mình được thanh thản, không còn bị dằn vặt ngày đêm với những nỗi khổ đau về các tội ác đã lỡ phạm, hay đang phạm đó. Sám Hối phải thật lòng, tức Sám Hối cả thân tâm, từ thô tới tế, từ ngoài vào trong, từ trong ra ngoài. Sám Hối còn phải có lòng can đảm để nói ra hết những tội lỗi của mình như: những tội đã phạm, đang phạm, hay sẽ phạm. Trong khi Sám Hối phải có tối thiểu một vị minh sư, hay càng nhiều càng tốt, để chứng minh thì mới có hiệu quả.

Đã Sám Hối mà còn che dấu, thì không phải là Sám Hối chân thật. Sám Hối còn che dấu là còn sợ mất mặt, sợ xấu hổ, sợ mất thể diện, tức còn chấp ngã! Sám Hối như thế đã chẳng được tiêu tội, mà vô tình còn vạch rõ thêm tội điên đảo, tội che dấu cho tự ngã, tội bảo vệ cho sự vô minh và cũng là tội bảo vệ cho sinh tử.

Nói rộng hơn, thì Sám Hối cũng là một lối Tu, một hình thức đập ngã, tùy theo lòng can đảm, chân thành muốn đập ngã cỡ nào?

Người trí tuệ, dũng mãnh thì muốn sự đập ngã của mình được triệt để! Nên đã chăng e ngại mà còn thừa can đảm để thú nhận hết mọi tội ác của mình. Và ngay cả những tội lỗi tầy trời đã lỡ phạm trong quá khứ! Cũng như những tội hiện tại đang làm... Dĩ nhiên là sẽ chẳng bao giờ để những tội lỗi ấy tái phạm nữa trong tương lai. Ngược lại, người vô minh thì chỉ Sám Hối cho có lệ mà thôi!

Do đó, kết quả của việc Sám Hồi là tùy theo vào sự dám đập ngã hay không dám đập ngã. Đương nhiên là nhân nào thì quả ấy! Nhân nhỏ thì quả nhỏ, nhân to thì quả to.

Khi người chân thành sám hối đã dám tự thú nhận, và tự phơi bày hết mọi tội lỗi... không những với một vị Thầy của mình mà còn ngay cả trước đám đông, khiến mọi người phải sửng sốt! Thì chúng ta phải công nhận rằng: người đang sám hối đó, quả là một vị đại hùng, quá khiêm cung, đã hành động như một vị Bồ Tát!

Vì chỉ có Bồ Tát mới dám làm như thế, cho nên kết quả của việc đập ngã này, đương nhiên là kết quả của sự đạt "Vô Ngã".

Vậy Sám Hối là tự xưng, tự thú, tự nhận mọi tội ác đã làm hay đang làm của mình.

- Để ăn năn, sám hối về những tội lỗi ấy.
- Để xin tự sửa đổi, cải hóa mọi tội ác này.
- Để tự thề bồi là sẽ không bao giờ còn tái phạm những lỗi lầm đó nữa.

Ý nghĩa của việc Sám Hối là như vậy, cho nên nếu là một lễ Sám Hối tuyệt đối chân thật, trang nghiêm thì kết quả cũng sẽ được tuyệt đối y như vậy. Và người sám hối chẳng còn gì phải thắc người mắc về những lỗi lầm của mình nữa, để mà có một thân tâm an lạc hơn.

Sám Hối Tổng Quát

Xưa con vốn tạo tác các vọng nghiệp
Đều do vô thỉ tham, sân, si
Từ thân, miệng, ý phát sinh ra
Hết thảy con nay xin sám hối

Tội từ Tâm khởi, đem Tâm sám
Tâm tự tịnh rồi, tội liền tiêu
Tội tiêu, Tâm tịnh, rõ Chân Không Thế mới thật là Chân Sám Hối!

(3 tiếng chuông)

Sám Hối Rốt Ráo

Đệ tử chúng con là.......................................
Pháp Danh là..
và chúng con cũng là đại diện cho..............
Pháp Danh..

Từ vô thỉ đến nay, nhiều đời không nhớ, chúng con đã lỡ khởi biết bao nhiêu tà ác niệm, và làm biết bao nhiêu tội ác, nghiệp si mê: kiêu căng, dối trá, ích kỷ, ghét ghen...

Nay chúng con xin dốc lòng chân sám hối cho mọi ý niệm tội lỗi đã lỡ khởi hay đang khởi, cùng những hành động tội lỗi đã lỡ phạm hay đang phạm đó.

Từ nay chúng con nguyện dứt hết mọi ý niệm bất thiện. Đồng thời cũng xin nguyện dứt bỏ mọi tội lỗi vô minh mà chúng con đã lỡ phạm hay đang phạm, xin đồng đều được tiêu tan ngay!

Bởi vì Nhất Niệm Vô Minh, chúng con đã biết hướng chuyển về thiện niệm, tức Chân Như Niệm vốn sẵn có của mình. Cho nên chắc chắn chúng con không còn bao giờ tái phạm những lỗi lầm như xưa nữa. Nếu chẳng may còn chút dây dưa nào với tập khí của Ngũ Uẩn! Dù chỉ là những ý niệm thoáng qua thôi về những tội lỗi ấy, thì chúng con cũng xin nguyện thề hối cải ngay!

Khai Thị Mười Đỉnh Lễ Sám Hối

Bởi nhất niệm vô minh là nhân, nên chúng con đã tạo tội lỗi tầy trời! Để rồi chúng con phải nhận cái quả khổ đau là thân tâm mình bị trôi lăn trong sinh tử, không bao giờ dứt.

Nay chúng con đã tỉnh ngộ, đã biết hổ thẹn, đã biết hối hận và muốn tự giải thoát thân tâm mình khỏi những phiền não sinh tử ấy! Cho nên chúng con xin dùng thân tâm tội lỗi này, đê làm lễ chân thật sám trừ, ăn năn mọi tội lỗi mà chúng con đã lỡ tạo.

Chúng con cũng xin nguyện tu hành và hồi cải

ngay cho những tội lỗi sau nếu có, dù chỉ là những tư tưởng thoáng qua...

Để Sám Hối, chúng con xin được bắt đầu làm:

MƯỜI ĐỈNH LỄ SÁM HỐI

Lễ Sám Hối thứ nhất:

Chúng con xin nhất tâm khấu đầu đỉnh lễ sám hối: Chư Phật Tổ, Chư Bồ Tát, Chư Hiền Thánh Tăng về tất cả mọi tội lỗi, dù vô tình hay cố ý! Nếu chúng con đã lỡ phạm qua bao đời không thể nhớ từ vô thỉ cho đến nay, như những tội:

- Tội phỉ báng Tam Bảo
- Tội không tin Tam Bảo
- Tội dám xúc phạm, làm hư hại đến thánh thể của quý ngài.

(Đó là những tội lỗi đối với Chư Phật Tổ, Chư Bồ Tát, Chư Hiền Thánh Tăng)

(Chuông)

Lễ Sám Hối thứ hai:

Chúng con xin thành tâm khấu đầu đảnh lễ sám hối: Cửu Huyền Thất Tổ, Ông Bà, Cha Mẹ, Tổ Tiên, đôi dòng Nội Ngoại **đã quá vãng** về tất cả mọi tội lỗi dù vô tình hay cố ý! Nếu chúng con đã lỡ phạm qua nhiều đời không thể nhớ, từ vô thỉ đến nay như những tội:

- Tội bất hiếu, bất kính *(đối với Cửu Huyền Thất Tổ)*
- Tội bội bạc, vô ơn *(đối với Cửu Huyền Thất Tổ)*
- Tội bại hoại gia phong *(đối với Cửu Huyền Thất Tổ)*
- Tội khinh khi, phi báng, nói xấu; tội quên cội, quên nguồn, quên giòng, quên giống đối với Cửu Huyền Thất Tổ

(Đó là những tội lỗi đối với Cửu Huyền Thất Tổ, Ông Bà, Cha Mẹ, Tổ Tiên, Nội Ngoại, đã quá vãng của chúng con)

(Chuông)

Lễ Sám Hối thứ ba:

Chúng con xin thành tâm khấu đầu đỉnh lễ sám hối: Ông Bà, Cha Mẹ và đôi giòng Nội Ngoại **đang hiện tiền** về mọi tội lỗi, dù vô tình hay cố ý! Nếu chúng con đã lỡ phạm tội bất hiếu qua bao đời không thể nhớ từ vô thỉ đến nay. Và nếu còn tiếp diễn, là dám xúc phạm đến Ông Bà Cha Mẹ của đôi bên Nội Ngoại như những tội:

- Tội ngạo mạn, cãi lời *(Ông Bà Cha Mẹ)*
- Tội độc ác, khinh khi *(Ông Bà Cha Mẹ)*
- Tội thù hằn, mắng nhiếc *(Ông Bà Cha Mẹ)*
- Tội dằn hắt, tư lợi cho bản thân, cho gia đình riêng của mình, mà lợi dụng công lao, tiền tài, sức lực của Ông Bà Cha Mẹ.
- Tội vô ơn, bội nghĩa, vu oan, phản phúc Ông Bà Cha Mẹ.
- Tội hành hạ và đánh giết Ông Bà Cha Mẹ.

(Đó là những tội lỗi bất hiếu, bất kính đối với Ông Bà, Cha Mẹ đôi dòng nội ngoại đang hiện tiền của chúng con)

(Chuông)

Lễ Sám Hối thứ tư:

Chúng con xin thành tâm khấu đầu đỉnh lễ sám hối: các Sư Trưởng, các Thiện Tri Thức, các Ân Nhân về mọi tội lỗi... nếu chúng con đã lỡ phạm dù vô tình hay cố ý, qua bao đời không thể nhớ từ vô thỉ đến nay, và nếu còn tiếp diễn như những tội:

- Tội vong ân, bạc bẽo *(đối với quý Sư Trưởng, Thiện Tri Thức, và ân nhân)*
- Tội lừa lọc, bội phản *(đối với quý Sư Trưởng, Thiện Tri Thức, và ân nhân)*
- Tội cạnh tranh, ngạo mạn *(đối với quý Sư Trưởng, Thiện Tri Thức, và ân nhân)*
- Tội ích kỷ, ghét ghen *(đối với quý Sư Trưởng, Thiện Tri Thức, và ân nhân)*
- Tội dèm pha, nói xấu *(đối với quý Sư Trưởng, Thiện Tri Thức, và ân nhân)*
- Tội khinh khi, lợi dụng *(đối với quý Sư Trưởng, Thiện Tri Thức, và ân nhân)*
- Tội đánh đập, giết hại *(đối với quý Sư Trưởng, Thiện Tri Thức, và ân nhân)*

(Đó là những tội lỗi đối với các Ân Sư, các Thiện Tri Thức và các ân nhân của chúng con)

(Chuông)

Lễ Sám Hối thứ năm:

Chúng con với lòng thành thật xin khấu đầu đỉnh lễ sám hối: Họ hàng nội/ngoại, chú bác, cô dì, anh, chị, em... về tất cả mọi tội lỗi dù vô tình hay cố ý! Nếu chúng con đã lỡ phạm qua bao đời không thể nhớ, từ vô thỉ đến nay và nếu còn tiếp diễn như những tội :

- Tội ích kỷ, ghét ghen *(đối với họ hàng nội ngoại)*
- Tội vô ơn, bội nghĩa *(đối với họ hàng nội ngoại)*
- Tội vu oan, giá họa *(đối với họ hàng nội ngoại)*
- Tội tranh đua, ngạo mạn *(đối với họ hàng nội ngoại)*
- Tội tị hiềm, dối trá *(đối với họ hàng nội ngoại)*
- Tội thêu dệt, điêu ngoa *(đối với họ hàng*

nội ngoại)

- Tội dèm pha, nói xấu *(đối với họ hàng nội ngoại)*
- Tội sân hận, tham lam *(đối với họ hàng nội ngoại)*
- Tội tranh chấp, tư lợi *(đối với họ hàng nội ngoại)*
- Tội thù hằn, và làm hại *(đối với họ hàng nội ngoại)*

(Đó là những tội lỗi xấu xa, ganh đua, tị hiềm, nhỏ nhen đối với họ hàng nội ngoại của chúng con)

(Chuông)

Lễ Sám Hối thứ sáu:

Chúng con nhât dạ, một lòng xin khấu đầu đỉnh lễ sám hối: tất cả các vợ chồng, và chồng vợ về mọi tội lỗi dù vô tình hay cố ý! Nếu chúng con đã lỡ phạm qua bao đời không thể nhớ, từ vô thỉ đến nay, và nếu còn tiếp diễn mọi lỗi lầm như những tội:

- Tội ngoại tình, lén lút *(sau lưng vợ hay chồng của mình)*

- Tội dối trá, điêu ngoa *(đối với vợ hay chồng của mình)*

- Tội lợi dụng, bắt nạt *(đối với vợ hay chồng của mình)*
- Tội lừa lọc, nhỏ nhen *(đối với vợ hay chồng của mình)*
- Tội hơn thua, ích kỷ *(đối với vợ hay chồng của mình)*
- Tội tị hiềm ghen ghét *(đối với vợ hay chồng của mình)*
- Tội tranh giành tư lợi *(đối với vợ hay chồng của mình)*
- Tội hành hạ, độc ác *(đối với vợ hay chồng của mình)*
- Tội chửi mắng, nhục mạ *(đối với vợ hay chồng của mình)*
- Tội cướp đoạt, vu oan *(đối với vợ hay chồng của mình)*
- Tội đánh đập, và giết hại *(đối với vợ hay chồng của mình)*

(Đó là những tội lỗi bất kính, bất chung đối với chồng hay vợ của chúng con)

(Chuông)

Lễ Sám Hối thứ bảy:

Chúng con xin nhất dạ, chí tâm thành khẩu đầu đỉnh lễ sám hối: các bạn bè thân sơ, kẻ ân, người oán về tất cả mọi tội lỗi dù vô tình hay cố ý! Nếu chúng con đã lỡ phạm qua bao đời không thể nhớ từ vô thỉ đến nay, và nếu còn tiếp diễn như những tội:

- Tội lừa thầy, phản bạn *(đối với bạn bè, kẻ ân, người oán)*
- Tội tị hiềm, ghen ghét *(đối với bạn bè, kẻ ân, người oán)*
- Tội thêu dệt, điêu ngoa *(đối với bạn bè, kẻ ân, người oán)*
- Tội nhỏ nhen, ích kỷ *(đối với bạn bè, kẻ ân, người oán)*
- Tội vô ơn, bội nghĩa *(đối với bạn bè, kẻ ân, người oán)*
- Tội sân hận, si mê *(đối với bạn bè, kẻ ân,*

người oán)

- Tội tư lợi, chấp tranh *(đối với bạn bè, kẻ ân, người oán)*

- Tội vu oan, giá họa *(đối với bạn bè, kẻ ân, người oán)*
- Tội độc ác, ngã mạn *(đối với bạn bè, kẻ ân, người oán)*
- Tội khinh khi, nhục mạ *(đối với bạn bè, kẻ ân, người oán)*
- Tội lợi dụng, cướp đoạt *(đối với bạn bè, kẻ ân, người oán)*
- Tội hành hạ, và giết chóc *(đối với bạn bè, kẻ ân, người oán)*

(Đó là những tội lỗi lừa Thầy, phản bạn đối với bạn bè, kẻ ân, và người oán của chúng con)

(Chuông)

Lễ Sám Hối thứ tám:

Chúng con chí tâm thành xin khấu đầu đỉnh lễ sám hối: muôn loài, muôn vật, hữu tình, vô tình, hữu hình, vô hình, nước, lửa, núi, đồi, đất, đá, cỏ, cây... về tất cả mọi tội lỗi dù vô tình hay cố ý! Mà chúng con đã lỡ phạm qua bao đời không thể nhớ hết từ vô thỉ đến nay, và nếu còn tiếp diễn như những tội:

- Tội phá hoại, cướp đoạt nước, lửa, núi đồi, cây cối, đất đá, cỏ cây...
- Tội lợi dụng, phí phạm chúng.
- Tội khinh khi, măng chửi chúng.
- Tội vô ơn, bạc bẽo đối với chúng.
- Tội dã man, độc ác đối với chúng.
- Tội hủy hoại, và giết hại chúng.

(Đó là những tội lỗi đối với muôn loài, muôn vật hữu hình, vô hình, hữu tình, vô tình, đất đá cỏ cây)

(Chuông)

Lễ Sám Hối thứ chín:

Chúng con nhất dạ, một lòng chí tâm thành, xin khấu đầu đỉnh lễ sám hối: tất cả mọi quốc gia, xã hội, toàn thế giới và đại vũ trụ. Về tất cả tội lỗi dù vô tình hay cố ý! Chúng con đã lỡ phạm qua bao đời không thế nhớ từ vô thỉ đến nay, và nếu còn tiếp diễn như những tội:

- Tội không tôn trọng pháp luật mà còn vi phạm luật pháp.
- Tội không gìn giữ của công mà còn lợi dụng, phí phạm làm tổn hại, ăn cắp, ăn cướp vật chất cũng như thời gian của công.
- Tội không tận tâm, tận lực với quốc gia, xã hội; không trung thành với tổ quốc; không bảo tồn đất nước; không trân quý toàn thế giới, đại vũ trụ! Mà ngược lại còn: bội phản, vô ơn, hại dân, hại nước, hại nhân quyền, xã hội, hại chủng tộc, nòi giống, hại toàn thế giới, hại đại vũ trụ để trở thành con người vô liêm sỉ, vô luân thường, đạo đức.

(Đó là những tội lỗi đối với mọi quốc gia, xã hội của chúng con)

(Chuông)

Lễ Sám Hối thứ mười:

Chúng con xin khấu đầu đỉnh lễ sám hối cho chính bản thân tâm chúng con, về tất cả mọi tội lỗi dù vô tình hay hữu ý! Nếu chúng con đã lỡ phạm qua bao đời, không thể nhớ từ vô thỉ đến nay, và nếu vẫn còn tiếp diễn mãi là đang phạm hay sẽ phạm những tội lỗi như:

- Tội sân hận, si mê
- Tội cống cao, ngã mạn
- Tội vô ân, bội nghĩa
- Tội khen mình, chê người
- Tội tham lam, tư lợi
- Tội ích kỷ, ghét ghen
- Tội bất hiếu, bất nghĩa
- Tội điêu ngoa, thêu dệt
- Tội vu oan, hại người
- Tội tranh chấp, hơn thua
- Tội bội phản, nịnh bợ
- Tội ác độc và sát hại...

Với vô minh dầy và tội lỗi hãi hùng như thế, chúng con đã tự tạo cho thân tâm mình thành những con người vô cùng điên đảo! Luôn che chở cho bản ngã xấu xa, hiệp nhất với ác nghiệp, để tự đầy đọa chính thân tâm mình trong luân hồi, sinh tử mà không hay biết gì.

(Đó là những tội lỗi đối với chính thân tâm của chúng con)

(Chuông)

Kệ Sám Hối

Nhất Niệm Vô Minh, con lỡ khởi từ vô thỉ
Tam độc sâu dày, con lỡ tạo tham, sân, si
Thân, khẩu, ý, con lỗi lầm tầy núi Tu Di
Lỡ dại rồi, con biết gì ngoài sám hối!
Nguyện:
"Sám hối mọi tội lỗi, lỡ lầm khởi từ vô thỉ"
Nguyện:
"Chuyển vô minh này, thành trí tuệ từ bi"
Nguyện:
"Dứt hết mọi tập khí tam độc tham, sân, si"
Nguyện:
"Cải hối tột cùng,chí tâm thành chân sám hối"
Vì tội từ Tâm khởi, nên Thân con phạm lỗi!
Thật Tâm sám hối rồi, con thanh tịnh Thân Tâm

Chỉ một Giới thanh tịnh thôi, là con được tiêu sạch mọi lỗi lầm

Bởi thanh tịnh Thân Tâm này, thì chính con là Chân Tinh Khiết ấy!

Ghi Chú:

Một giới thanh tịnh ở đây có nghĩa là giữ công phu không gián đoạn (cái không gián đoạn ấy là Chân Như Niệm).

Công phu là: Niệm Phật, Trì Chú, Thiền: Tham Công Án hay Tham Thoại Đầu

Bát Nhã Tâm Kinh

Nam Mô Bát Nhã Hội Thượng Phật

(3 lần)

Ma Ha Bát Nhã Ba La Mật Đa Tâm Kinh.

Quán Tự Tại Bồ Tát hành thâm Bát Nhã Ba La Mật Đa thời, chiếu kiến ngũ uẩn giai không, độ nhất thiết khổ ách.

Xá Lợi Tử! Sắc bất dị Không, Không bất dị Sắc; Sắc tức thị Không, Không tức thị Sắc; Thọ, Tưởng, Hành, Thức diệc phục như thị.

Xá Lợi Tử! Thị chư Pháp không tướng: bất sinh, bất diệt, bất cấu, bất tịnh, bất tăng, bất giảm. Thị cố, không trung vô Sắc, vô Thọ, Tưởng, Hành, Thức; Vô nhãn, nhĩ, tỷ, thiệt, thân, ý; Vô sắc, thinh, hương, vị, xúc, pháp; Vô nhãn giới, nãi chí vô ý thức giới; Vô vô minh, diệc vô vô minh tận; Nãi chí vô lão tử, diệc vô lão tử tận; Vô khổ, tập, diệt, đạo; Vô trí, diệc vô đắc.

Dĩ vô sở đắc cố, Bồ Đề Tát Đỏa y Bát Nhã Ba La Mật Đa cố, tâm vô quái ngại, vô quái ngại

cố, vô hữu khủng bố, viễn ly điên đảo mộng tưởng, cứu cánh Niết Bàn.

Tam thế Chư Phật y Bát Nhã Ba La Mật Đa cố, đắc A Nậu đa la tam miệu tam bồ đề. Cố tri Bát Nhã Ba La Mật Đa thị đại thần chú, thị đại minh chú, thị vô thượng chú, thị vô đẳng đẳng cất, năng trừ nhất thiết khổ, chân thật bất hư. Cố thuyết Bát Nhã Ba La Mật Đa Chú, tức thuyết chú viết:

Yết đế, yết đế, ba la yết đế ba la tăng yết đế, Bồ đề tát bà ha

(3 lần)

Tam Tự Quy

Tự quy y Phật, đương nguyện chúng sinh,
Thề giải Đại Đạo, phát vô thượng Tâm.

(Chuông)

Tự quy y Pháp, đương nguyện chúng sinh,
Thâm nhập kinh tạng, trí tuệ như hải.

(Chuông)

Tự quy y Tăng, đương nguyện chúng sinh,
Thống lý đại chúng, nhất thiết vô ngại.

(Chuông)

Tứ Hoằng Thệ Nguyện

Chúng sinh vô biên, thệ nguyện độ
Phiền não vô tận, thệ nguyện đoạn
Pháp môn vô lượng, thệ nguyện học
Phật Đạo vô thượng, thệ nguyện thành

(Chuông)

Hồi Hướng

Nguyện đem Công Đức này
Hướng về khắp tất cả
Đệ tử và chúng sinh
Đều trọn thành Phật Đạo

(Chuông)

NGHI THỨC CÚNG SAO, GIẢI HẠN

Nghi Thức Cúng Sao, Giải Hạn

Thiền Tọa 15 phút
Dâng Hương Tam Bảo
Khai Thị Cúng Sao, Giải Hạn
Giọt Nước Cam Lồ
Tụng Đại Bi
Khai Thị Sám Hối
Sám Hối Tổng Quát
Sám Hối Rốt Ráo
Mười Đỉnh Lễ Sám Hối
Kệ Sám Hối
Tụng Bát Nhã Tâm Kinh
Tam Tự Quy
Tứ Hoằng Thệ Nguyện
Hồi Hướng

Dâng Hương Tam Bảo

Nguyện đem lòng thành kính
Gửi theo đám mây hương
Phảng phất khắp mười phương
Cúng dường ngôi Tam Bảo
Thề trọn đời giữ Đạo
Theo Tự Tính làm lành
Cùng pháp giới chúng sinh
Cầu Phật từ gia hộ
Tâm Bồ Đề kiên cố
Xa bể khổ nguồn mê
Chóng quay về bờ giác

Tán Phật

Đấng Pháp Vương vô thượng
Ba cõi chẳng ai bằng
Thầy dạy khắp trời, người
Cha lành chung bốn loài
Quy y tròn một niệm
Dứt sạch nghiệp ba kỳ
Xưng dương cùng tán thán
Ức kiếp không cùng tận

Quán Tưởng

Phật, chúng sinh tính thường rỗng lặng
Đạo cảm thông không thể nghĩ bàn
Lưới Đế Châu ví đạo tràng
Mười phương Phật Bảo, hào quang sáng ngời
Trước Bảo Tọa, thân con ảnh hiện
Cúi đầu xin thề nguyện quy y

Đảnh Lễ Tam Bảo

Chí Tâm Đỉnh Lễ:

Nam mô tận hư không biến pháp giới,
Quá, hiện, vị lai, thập phương Chư Phật,
Tôn Pháp, Hiền Thánh, Tăng,
Thường trụ Tam Bảo.

(Chuông)

Chí Tâm Đỉnh Lễ

Nam mô Sa Bà Giáo Chủ,
Bổn Sư Thích Ca Mâu Ni Phật.
Đương lai hạ sinh Di Lặc Tôn Phật.
Đại Trí Văn Thù Sư Lợi Bồ Tát.
Đại Hạnh Phổ Hiền Bồ Tát.
Hộ Pháp Chư Tôn Bồ Tát.
Linh Sơn Hội Thượng Phật Bồ Tát.

(Chuông)

Chí Tâm Đỉnh Lễ

Nam mô Tây Phương Cực Lạc Thế Giới
Đại từ, đại bi A Di Đà Phật,
Đại bi Quán Thế Âm Bồ Tát,
Đại Thế Chí Bồ Tát,
Đại nguyện Địa Tạng Vương Bồ Tát,
Thanh tịnh Đại Hải Chúng Bồ Tát

(Chuông)

Khai Thị Cúng Sao, Giải Hạn

- Cúng sao giải hạn
- Xin thẻ, xin sâm
- Hên xui, bói toán
- Năm xung, tháng hạn
- Cầm tinh mười hai con giáp

Bài khai thị này sẽ đi thẳng vào những vấn đề kể trên, nên chỉ giới hạn trong những đề tài ấy, chứ không đi sâu hơn vào Đạo Pháp như: vấn đề trọng đại là vũ trụ loài người từ đâu ra? Chúng ta là ai? Phật Pháp là gì?

Đại khái, chúng ta hiển hiện nơi đây đều do nhân quả nghiệp báo và nhân duyên (*nhân quả và nghiệp báo là do chính mình tự tạo*). Nghĩa là tùy theo nhân lành hay nhân dữ, nhân tốt hay nhân xấu của chúng ta từ những kiếp trước, đã tự chiêu cảm thành một dòng nghiệp lực! Rồi lại chính dòng nghiệp lực đó tự động chi phối chúng ta theo những nhân đã gieo ấy mà tạo tác... Bằng cách hợp nhân, hợp duyên để nhận lĩnh cái quả là Thân Tâm mình đang hiện hữu với mọi hoàn cảnh, mọi sự việc đã được an bài, dù muốn hay không muốn!

Bởi thế, hiện chúng ta đang ở trong bất cứ hoàn cảnh nào, môi trường nào: giầu hay nghèo, sang hay hèn, mọi diễn tiến an lành hay hoạn nạn, hên hay xui. Muôn điều, muôn sự chúng ta đang tiếp xúc, hoặc đã có trong cuộc đời hiện tại: mọi phúc báu chúng ta đang hưởng hay những hoạn nạn, khổ đau chúng ta đang gánh chịu... đều đã nằm sẵn trong định luật nhân quả và nghiệp báo của chính cá nhân chúng ta. Tức là: "**Nhân nào thì Quả ấy đã được an bài cố định!**"

Cho nên, ai đã gặp ai, ai đã kết hôn với ai, ai đã là bạn ai, ai đã giúp ai, ai đã thù ai, ai đã hại ai, ai đã thương ai, và ai đã ghét ai đều đã có sự sắp đặt trước!

Người đời không biết về những việc đã được an bài cố định của định luật nhân quả, là do chính những hành động thiện/ác của mình trong quá khứ, mà cứ cho là do số hệ! Nên mới theo tướng số và mười hai con giáp. Lại đi tin rằng: sinh năm nào thì tốt; sinh năm nào thì xấu; cầm tinh con nào thì khổ; cầm tinh con nào thì sướng; mỗi năm lại chịu ảnh hưởng xấu/tốt bởi một ông sao!

Cứ thế, năm thì tốt, năm thì xấu, năm thì hợp, năm thì xung v.v... Rồi dựa vào những tốt/xấu, hên/xui, bói toán như thế nên chúng ta mới đi xin thẻ, xin sâm, xem bói, xem toán để những cái ấy định đoạt cho cuộc đời của mình! Vô tình chúng ta đã tạo thành những Mê Tín Dị Đoan cho chính mình, và cho con cháu chúng ta tiếp nối đời đời.

Nếu chúng ta chịu suy tư, thì sẽ thấy rõ thời gian, ngày tháng làm sao có tên? Mười hai con giáp, con nào lại không khổ? Làm sao mà giải hạn được cho những ông sao? Và đã là những ông sao thì làm gì mà có hạn với không có hạn? Ai là người đặt ra những lời sấm? Và ai là người đặt tên cho các ông sao ấy?

Các vị Thầy Bói, Chiêm Tinh Gia có chắc là chẳng bao giờ gặp xui không? Có chắc là không bao giờ bị hoạn nạn không? Và có chắc là họ hoàn toàn được mọi điều tốt lành không? Vì họ đã biết trước hết mọi sự xảy đến cho chính họ, và cho mọi người cơ mà! Nhưng trước mắt, ai cũng thấy họ vẫn gặp đủ thứ hoạn nạn và tật bệnh y như chúng ta vậy.

Sở dĩ chúng tạ dễ tin vào dị đoan, chỉ vì con người hầu hết rất yếu đuối, nếu không tin vào những thứ ấy, thì có lẽ ai cũng cảm thấy sợ hãi, e ngại, và không tự tin. Chỉ vì chẳng có cái gì để dựa dẫm, bám víu cả! Cho nên dễ cảm thấy cuộc sống của mình bấp bênh, không có sự an toàn.

Trong thực tế, Đức Phật từ bi, trí tuệ như vậy mà cũng không thể cứu chúng ta ra khỏi sự chết chóc, tai ương, phiền não, khổ đau! Ngài cũng không thể thỏa mãn những ước nguyện của chúng ta như: danh vọng, giầu sang, bình an, hạnh phúc... Ngược lại Ngài cấm hết mọi mê tín dị đoan, bởi nó đã không thực tế, mà còn nguy hiểm nữa, vì nó không phải là Chính Pháp!

Bằng trí tuệ Bát Nhã, Đức Thế Tôn đã ban Tám Mươi Bốn Ngàn phương tiện, và mười hai Đại Tạng Kinh, là những phương pháp, là những tấm bản đồ chính xác để dẫn dắt chúng ta ra khỏi phiền não, sinh tử. Nhưng chính chúng ta phải tự đi lấy, chứ Đức Phật không thể nào đi hộ chúng ta được! Có nghĩa là tùy căn cơ của từng người, mà tự chọn cho mình một trong Tám Mươi Bốn Ngàn Pháp Môn ấy để mà tu học, vì chỉ có tu mới chuyển hóa được nghiệp mà thôi!

Nếu tu thật đứng đắn, thật chân chính, thì nghiệp nặng cũng như nghiệp nhẹ đều chuyển hóa được hết. Còn không chịu tu sửa, mà cứ đi cầu an, đi cúng sao giải hạn để mong chuyển: xấu thành tốt, xui thành hên, hèn thành sang, nghèo thành giầu, chết thành sống... thì đó chỉ là sự viển vông!

Nếu chúng ta cứ dựa dẫm vào những việc mơ hồ, mê tín dị đoan như vậy thì làm sao mà có được kết quả tốt? Vì gieo nhân mê tín thì sẽ có quả mê tín là lẽ dĩ nhiên. Và kết cuộc là không thể nào thoát ra khỏi mọi phiền não, khổ đau và hoạn nạn...

Tóm lại, muốn hết khổ thì chỉ có một cách thiết thực nhất là phải tu sao cho đúng với Chân Lý Chính Pháp. Khi đã có tu là sẽ có chuyển, tu tha thiết, tu nhiệt thành, tinh tấn mà tu mãi, thì sẽ vượt hết tất cả mọi nghiệp tốt, xấu, và chẳng còn gì phải lo ngại về kiếp sống không an toàn; Cũng như, chẳng còn gì phải lo ngại không có nơi dựa dẫm nữa.

Khi đã hiểu, đã bắt đầu tu là chúng ta đã bắt đầu trưởng thành, tức là đã có niềm tin, đã biết tự nương nhờ vào chính mình. Sự việc ấy thật là chí lý, vì đã đi đúng Chính Pháp: "**Gieo chính nhân thì sẽ được chính quả**" và sự vi diệu nhiệm mầu cũng sẽ tương ứng với lòng chân thành, quyết chí của chính chúng ta: tu nhiều được nhiều, tu ít được ít, không tu thì không được là lý đương nhiên.

Chú ý:

Chữ "Tu" ở đây không có nghĩa là phải xuống tóc đi tu... mà chỉ là tu tâm, dưỡng tính cho đúng Chính Pháp; có tu là sẽ có chuyển: nghiệp nặng thành nhẹ, nhẹ thành hết. Nếu cứ tinh tấn mãi thì có lúc sẽ được ngộ Đạo, là tự động vượt mọi phiền não, luân hồi sinh tử.

Giọt Nước Cam Lồ

Nhành dương liễu rỏ giọt nước cam lồ
Thanh tịnh rẩy rồi, tỉnh mộng hết mơ
Bao vọng nghiệp, não phiền tiêu sạch hết
Cực Lạc hiện đây, hỏi có ai ngờ!
Nam Mô Thanh Lương Địa Bồ Tát,
Ma Ha Tát.
(Xin tiếp tục trì tụng câu này cho đến khi hết tẩy tịnh)

"Nam Mô Thanh Lương Địa Bồ Tát, Ma Ha Tát"...

(Chuông)

Chú Đại Bi

Nam Mô Đại Bi Hội Thượng Phật

(3 lần)

Thiên thủ thiên nhãn vô ngại đại bi tâm đà la ni. Nam mô hắc ra đát na đa ra dạ da.

Nam mô a rị da, bà lô yết đế thước bát ra da, bồ đề tát đỏa bà da, ma ha tát đỏa bà da, ma ha ca lô ni ca da, án, tát bàn ra phạt duệ số đát na đát tỏa.

Nam mô tất kiết lật đỏa y mông a rị da bà lô kiết đế thất Phật ra lăng đà bà.

Nam mô na ra cẩn trì hê rị ma ha bàn đa sa mế, tát bà a tha đậu du bằng, a thệ dựng, tát bà tát đa, na ma bà dà, ma phạt đạt đậu, đát điệt tha. Án a bà lô hê, lô ca đế, ca ra đế, di hê rị, ma ha bồ đề tát đỏa, tát bà tát bà, ma ra ma ra, ma hê ma hê, rị đà dựng, cu lô cu lô kiết mông, độ lô độ lô, phạt xà da đế, ma ha phạt xà da đế, đà ra đà ra, địa rị ni, thất Phật ra da, đá ra dá ra. Mạ mạ phạt ma ra. Mục đế lệ, y hê di hê, thất na thất na a ra sâm Phật ra xá lợi, phạt xa phạt

sâm, Phật ra xá da, hô lô hô lô ma ra, hô lô hô lô hê rị, tạ ra ta ra, tất rị tất rị, tô rô tô rô, bồ đề dạ bồ đề dạ, bồ đà dạ bồ đà dạ.

Di đế rị dạ, na ra cẩn trì địa rị sắc ni na, ba dạ ma na ta bà ha. Tất đà dạ ta bà ha. Ma ha tất đà dạ ta bà ha. Tất đà du nghệ thất bàn ra dạ, ta bà ha. Na ra cẩn trì ta bà ha.

Ma ra na ra ta bà ha. Tất ra tăng a mục khê da, ta bà ha. Ta bà ma ha, a tất đà dạ, ta bà ha. Giả kiết ra a tất đà dạ, ta bà ha. Bà đà ma yết tất đà dạ, ta bà ha. Na ra cẩn trì bàn đà ra dạ, ta bà ha. Ma bà lị thắng yết ra dạ, ta bà ha.

Nam mô hắc ra đát na, đa ra dạ da. Nam mô a rị da, bà lô yết đế, thước bàng ra dạ, ta bà ha.

Án tất điện đô, mạn đa ra, bạt đà dạ, ta bà ha.

(3 lần)

Khai Thị Sám Hối

Sám Hối cũng là một hình thức tự xưng tội, tự thú nhận tội ác để ăn năn, để sửa đổi và để thề nguyện sẽ không bao giờ còn tái phạm những tội lỗi ấy nữa.

Sám Hối để Thân Tâm mình được thanh thản, không còn bị dằn vặt ngày đêm với những nỗi khổ đau về các tội ác đã lỡ phạm, hay đang phạm đó. Sám Hối phải thật lòng, tức Sám Hối cả thân tâm, từ thô tới tế, từ ngoài vào trong, từ trong ra ngoài. Sám Hối còn phải có lòng can đảm để nói ra hết những tội lỗi của mình như: những tội đã phạm, đang phạm, hay sẽ phạm. Trong khi Sám Hối phải có tối thiểu một vị minh sư, hay càng nhiều càng tốt, để chứng minh thì mới có hiệu quả.

Đã Sám Hối mà còn che dấu, thì không phải là Sám Hối chân thật. Sám Hối còn che dấu là còn sợ mất mặt, sợ xấu hổ, sợ mất thể diện, tức còn chấp ngã! Sám Hối như thế đã chẳng được tiêu tội, mà vô tình còn vạch rõ thêm tội điên đảo, tội che dấu cho tự ngã, tội bảo vệ cho sự vô minh và cũng là tội bảo vệ cho sinh tử.

Nói rộng hơn, thì Sám Hối cũng là một lối Tu, một hình thức đập ngã, tùy theo lòng can đảm, chân thành muốn đập ngã cỡ nào?

Người trí tuệ, dũng mãnh thì muốn sự đập ngã của mình được triệt để! Nên đã chăng e ngại mà còn thừa can đảm để thú nhận hết mọi tội ác của mình. Và ngay cả những tội lỗi tầy trời đã lỡ phạm trong quá khứ! Cũng như những tội hiện tại đang làm... Dĩ nhiên là sẽ chẳng bao giờ để những tội lỗi ấy tái phạm nữa trong tương lai. Ngược lại, người vô minh thì chỉ Sám Hối cho có lệ mà thôi!

Do đó, kết quả của việc Sám Hồi là tùy theo vào sự dám đập ngã hay không dám đập ngã. Đương nhiên là nhân nào thì quả ấy! Nhân nhỏ thì quả nhỏ, nhân to thì quả to.

Khi người chân thành sám hối đã dám tự thú nhận, và tự phơi bày hết mọi tội lỗi... không những với một vị Thầy của mình mà còn ngay cả trước đám đông, khiến mọi người phải sửng sốt! Thì chúng ta phải công nhận rằng: người đang sám hối đó, quả là một vị đại hùng, quá khiêm cung, đã hành động như một vị Bồ Tát!

Vì chỉ có Bồ Tát mới dám làm như thế, cho nên kết quả của việc đập ngã này, đương nhiên là kết quả của sự đạt "Vô Ngã".

Vậy Sám Hối là tự xưng, tự thú, tự nhận mọi tội ác đã làm hay đang làm của mình.

- Để ăn năn, sám hối về những tội lỗi ấy.
- Để xin tự sửa đổi, cải hóa mọi tội ác này.
- Để tự thề bồi là sẽ không bao giờ còn tái phạm những lỗi lầm đó nữa.

Ý nghĩa của việc Sám Hối là như vậy, cho nên nếu là một lễ Sám Hối tuyệt đối chân thật, trang nghiêm thì kết quả cũng sẽ được tuyệt đối y như vậy. Và người sám hối chẳng còn gì phải thắc người mắc về những lỗi lầm của mình nữa, để mà có một thân tâm an lạc hơn.

Sám Hối Tổng Quát

Xưa con vốn tạo tác các vọng nghiệp
Đều do vô thỉ tham, sân, si
Từ thân, miệng, ý phát sinh ra
Hết thảy con nay xin sám hối

Tội từ Tâm khởi, đem Tâm sám
Tâm tự tịnh rồi, tội liền tiêu
Tội tiêu, Tâm tịnh, rõ Chân Không Thế mới thật là Chân Sám Hối!

(3 tiếng chuông)

Sám Hối Rốt Ráo

Đệ tử chúng con là...

Pháp Danh là...

và chúng con cũng là đại diện cho...............
Pháp Danh...

Từ vô thỉ đến nay, nhiều đời không nhớ, chúng con đã lỡ khởi biết bao nhiêu tà ác niệm, và làm biết bao nhiêu tội ác, nghiệp si mê: kiêu căng, dối trá, ích kỷ, ghét ghen...

Nay chúng con xin dốc lòng chân sám hối cho mọi ý niệm tội lỗi đã lỡ khởi hay đang khởi, cùng những hành động tội lỗi đã lỡ phạm hay đang phạm đó.

Từ nay chúng con nguyện dứt hết mọi ý niệm bất thiện. Đồng thời cũng xin nguyện dứt bỏ mọi tội lỗi vô minh mà chúng con đã lỡ phạm hay đang phạm, xin đồng đều được tiêu tan ngay!

Bởi vì Nhất Niệm Vô Minh, chúng con đã biết hướng chuyển về thiện niệm, tức Chân Như Niệm vốn sẵn có của mình. Cho nên chắc chắn chúng con không còn bao giờ tái phạm những lỗi lầm như xưa nữa. Nếu chẳng may còn chút dây dưa nào với tập khí của Ngũ Uẩn! Dù chỉ là những ý niệm thoáng qua thôi về những tội lỗi ấy, thì chúng con cũng xin nguyện thề hối cải ngay!

Khai Thị Mười Đỉnh Lễ Sám Hối

Bởi nhất niệm vô minh là nhân, nên chúng con đã tạo tội lỗi tầy trời! Để rồi chúng con phải nhận cái quả khổ đau là thân tâm mình bị trôi lăn trong sinh tử, không bao giờ dứt.

Nay chúng con đã tỉnh ngộ, đã biết hổ thẹn, đã biết hối hận và muốn tự giải thoát thân tâm mình khỏi những phiền não sinh tử ấy! Cho nên chúng con xin dùng thân tâm tội lỗi này, đê làm lễ chân thật sám trừ, ăn năn mọi tội lỗi mà chúng con đã lỡ tạo.

Chúng con cũng xin nguyện tu hành và hồi cải

ngay cho những tội lỗi sau nếu có, dù chỉ là những tư tưởng thoáng qua...

Để Sám Hối, chúng con xin được bắt đầu làm:

MƯỜI ĐỈNH LỄ SÁM HỐI

Lễ Sám Hối thứ nhất:

Chúng con xin nhất tâm khấu đầu đỉnh lễ sám hối: Chư Phật Tổ, Chư Bồ Tát, Chư Hiền Thánh Tăng về tất cả mọi tội lỗi, dù vô tình hay cố ý! Nếu chúng con đã lỡ phạm qua bao đời không thể nhớ từ vô thỉ cho đến nay, như những tội:

- Tội phỉ báng Tam Bảo
- Tội không tin Tam Bảo
- Tội dám xúc phạm, làm hư hại đến thánh thể của quý ngài.

(Đó là những tội lỗi đối với Chư Phật Tổ, Chư Bồ Tát, Chư Hiền Thánh Tăng)

(Chuông)

Lễ Sám Hối thứ hai:

Chúng con xin thành tâm khấu đầu đỉnh lễ sám hối: Cửu Huyền Thất Tổ, Ông Bà, Cha Mẹ, Tổ Tiên, đôi dòng Nội Ngoại **đã quá vãng** về tất cả mọi tội lỗi dù vô tình hay cố ý! Nếu chúng con đã lỡ phạm qua nhiều đời không thể nhớ, từ vô thỉ đến nay như những tội:

- Tội bất hiếu, bất kính *(đối với Cửu Huyền Thất Tổ)*
- Tội bội bạc, vô ơn *(đối với Cửu Huyền Thất Tổ)*
- Tội bại hoại gia phong *(đối với Cửu Huyền Thất Tổ)*
- Tội khinh khi, phi báng, nói xấu; tội quên cội, quên nguồn, quên giòng, quên giống đối với Cửu Huyền Thất Tổ

(Đó là những tội lỗi đối với Cửu Huyền Thất Tổ, Ông Bà, Cha Mẹ, Tổ Tiên, Nội Ngoại, đã quá vãng của chúng con)

(Chuông)

Lễ Sám Hối thứ ba:

Chúng con xin thành tâm khấu đầu đỉnh lễ sám hối: Ông Bà, Cha Mẹ và đôi giòng Nội Ngoại **đang hiện tiền** về mọi tội lỗi, dù vô tình hay cố ý! Nếu chúng con đã lỡ phạm tội bất hiếu qua bao đời không thể nhớ từ vô thỉ đến nay. Và nếu còn tiếp diễn, là dám xúc phạm đến Ông Bà Cha Mẹ của đôi bên Nội Ngoại như những tội:

- Tội ngạo mạn, cãi lời *(Ông Bà Cha Mẹ)*
- Tội độc ác, khinh khi *(Ông Bà Cha Mẹ)*
- Tội thù hằn, mắng nhiếc *(Ông Bà Cha Mẹ)*
- Tội dằn hắt, tư lợi cho bản thân, cho gia đình riêng của mình, mà lợi dụng công lao, tiền tài, sức lực của Ông Bà Cha Mẹ.
- Tội vô ơn, bội nghĩa, vu oan, phản phúc Ông Bà Cha Mẹ.
- Tội hành hạ và đánh giết Ông Bà Cha Mẹ.

(Đó là những tội lỗi bất hiếu, bất kính đối với Ông Bà, Cha Mẹ đôi dòng nội ngoại đang hiện tiền của chúng con)

(Chuông)

Lễ Sám Hối thứ tư:

Chúng con xin thành tâm khấu đầu đỉnh lễ sám hối: các Sư Trưởng, các Thiện Tri Thức, các Ân Nhân về mọi tội lỗi... nếu chúng con đã lỡ phạm dù vô tình hay cố ý, qua bao đời không thể nhớ từ vô thỉ đến nay, và nếu còn tiếp diễn như những tội:

- Tội vong ân, bạc bẽo *(đối với quý Sư Trưởng, Thiện Tri Thức, và ân nhân)*
- Tội lừa lọc, bội phản *(đối với quý Sư Trưởng, Thiện Tri Thức, và ân nhân)*
- Tội cạnh tranh, ngạo mạn *(đối với quý Sư Trưởng, Thiện Tri Thức, và ân nhân)*
- Tội ích kỷ, ghét ghen *(đối với quý Sư Trưởng, Thiện Tri Thức, và ân nhân)*
- Tội dèm pha, nói xấu *(đối với quý Sư Trưởng, Thiện Tri Thức, và ân nhân)*
- Tội khinh khi, lợi dụng *(đối với quý Sư Trưởng, Thiện Tri Thức, và ân nhân)*
- Tội đánh đập, giết hại *(đối với quý Sư Trưởng, Thiện Tri Thức, và ân nhân)*

(Đó là những tội lỗi đối với các Ân Sư, các Thiện Tri

Thức và các ân nhân của chúng con)

(Chuông)

Lễ Sám Hối thứ năm:

Chúng con với lòng thành thật xin khấu đầu đỉnh lễ sám hối: Họ hàng nội/ngoại, chú bác, cô dì, anh, chị, em... về tất cả mọi tội lỗi dù vô tình hay cố ý! Nếu chúng con đã lỡ phạm qua bao đời không thể nhớ, từ vô thỉ đến nay và nếu còn tiếp diễn như những tội :

- Tội ích kỷ, ghét ghen *(đối với họ hàng nội ngoại)*
- Tội vô ơn, bội nghĩa *(đối với họ hàng nội ngoại)*
- Tội vu oan, giá họa *(đối với họ hàng nội ngoại)*
- Tội tranh đua, ngạo mạn *(đối với họ hàng nội ngoại)*
- Tội tị hiềm, dối trá *(đối với họ hàng nội ngoại)*
- Tội thêu dệt, điêu ngoa *(đối với họ hàng nội ngoại)*

- Tội dèm pha, nói xấu *(đối với họ hàng nội ngoại)*
- Tội sân hận, tham lam *(đối với họ hàng nội ngoại)*
- Tội tranh chấp, tư lợi *(đối với họ hàng nội ngoại)*
- Tội thù hằn, và làm hại *(đối với họ hàng nội ngoại)*

(Đó là những tội lỗi xấu xa, ganh đua, tị hiềm, nhỏ nhen đối với họ hàng nội ngoại của chúng con)

(Chuông)

Lễ Sám Hối thứ sáu:

Chúng con nhất dạ, một lòng xin khấu đầu đỉnh lễ sám hối: tất cả các vợ chồng, và chồng vợ về mọi tội lỗi dù vô tình hay cố ý! Nếu chúng con đã lỡ phạm qua bao đời không thể nhớ, từ vô thỉ đến nay, và nếu còn tiếp diễn mọi lỗi lầm như những tội:

- Tội ngoại tình, lén lút *(sau lưng vợ hay chồng của mình)*
- Tội dối trá, điêu ngoa *(đối với vợ hay*

chồng của mình)

- Tội lợi dụng, bắt nạt *(đối với vợ hay chồng của mình)*
- Tội lừa lọc, nhỏ nhen *(đối với vợ hay chồng của mình)*
- Tội hơn thua, ích kỷ *(đối với vợ hay chồng của mình)*
- Tội tị hiềm ghen ghét *(đối với vợ hay chồng của mình)*
- Tội tranh giành tư lợi *(đối với vợ hay chồng của mình)*
- Tội hành hạ, độc ác *(đối với vợ hay chồng của mình)*
- Tội chửi mắng, nhục mạ *(đối với vợ hay chồng của mình)*
- Tội cướp đoạt, vu oan *(đối với vợ hay chồng của mình)*
- Tội đánh đập, và giết hại *(đối với vợ hay chồng của mình)*

(Đó là những tội lỗi bất kính, bất chung đối với chồng hay vợ của chúng con)

(Chuông)

Lễ Sám Hối thứ bảy:

Chúng con xin nhất dạ, chí tâm thành khấu đầu đỉnh lễ sám hối: các bạn bè thân sơ, kẻ ân, người oán về tất cả mọi tội lỗi dù vô tình hay cố ý! Nếu chúng con đã lỡ phạm qua bao đời không thể nhớ từ vô thỉ đến nay, và nếu còn tiếp diễn như những tội:

- Tội lừa thầy, phản bạn *(đối với bạn bè, kẻ ân, người oán)*
- Tội tị hiềm, ghen ghét *(đối với bạn bè, kẻ ân, người oán)*
- Tội thêu dệt, điêu ngoa *(đối với bạn bè, kẻ ân, người oán)*
- Tội nhỏ nhen, ích kỷ *(đối với bạn bè, kẻ ân, người oán)*
- Tội vô ơn, bội nghĩa *(đối với bạn bè, kẻ ân, người oán)*
- Tội sân hận, si mê *(đối với bạn bè, kẻ ân, người oán)*
- Tội tư lợi, chấp tranh *(đối với bạn bè, kẻ ân, người oán)*

- Tội vu oan, giá họa *(đối với bạn bè, kẻ ân, người oán)*
- Tội độc ác, ngã mạn *(đối với bạn bè, kẻ ân, người oán)*
- Tội khinh khi, nhục mạ *(đối với bạn bè, kẻ ân, người oán)*
- Tội lợi dụng, cướp đoạt *(đối với bạn bè, kẻ ân, người oán)*
- Tội hành hạ, và giết chóc *(đối với bạn bè, kẻ ân, người oán)*

(Đó là những tội lỗi lừa Thầy, phản bạn đối với bạn bè, kẻ ân, và người oán của chúng con)

(Chuông)

Lễ Sám Hối thứ tám:

Chúng con chí tâm thành xin khấu đầu đỉnh lễ sám hối: muôn loài, muôn vật, hữu tình, vô tình, hữu hình, vô hình, nước, lửa, núi, đồi, đất, đá, cỏ, cây... về tất cả mọi tội lỗi dù vô tình hay cố ý! Mà chúng con đã lỡ phạm qua bao đời không thể nhớ hết từ vô thỉ đến nay, và nếu còn tiếp diễn như những tội:

- Tội phá hoại, cướp đoạt nước, lửa, núi đồi, cây cối, đất đá, cỏ cây...
- Tội lợi dụng, phí phạm chúng.
- Tội khinh khi, măng chửi chúng.
- Tội vô ơn, bạc bẽo đối với chúng.
- Tội dã man, độc ác đối với chúng.
- Tội hủy hoại, và giết hại chúng.

(Đó là những tội lỗi đối với muôn loài, muôn vật hữu hình, vô hình, hữu tình, vô tình, đất đá cỏ cây)

(Chuông)

Lễ Sám Hối thứ chín:

Chúng con nhất dạ, một lòng chí tâm thành, xin khấu đầu đỉnh lễ sám hối: tất cả mọi quốc gia, xã hội, toàn thế giới và đại vũ trụ. Về tất cả tội lỗi dù vô tình hay cố ý! Chúng con đã lỡ phạm qua bao đời không thể nhớ từ vô thỉ đến nay, và nếu còn tiếp diễn như những tội:

- Tội không tôn trọng pháp luật mà còn vi phạm luật pháp.
- Tội không gìn giữ của công mà còn lợi dụng, phí phạm làm tổn hại, ăn cắp, ăn

cướp vật chất cũng như thời gian của công.

- Tội không tận tâm, tận lực với quốc gia, xã hội; không trung thành với tổ quốc; không bảo tồn đất nước; không trân quý toàn thế giới, đại vũ trụ! Mà ngược lại còn: bội phản, vô ơn, hại dân, hại nước, hại nhân quyền, xã hội, hại chủng tộc, nòi giống, hại toàn thế giới, hại đại vũ trụ để trở thành con người vô liêm sỉ, vô luân thường, đạo đức.

(Đó là những tội lỗi đối với mọi quốc gia, xã hội của chúng con)

(Chuông)

Lễ Sám Hối thứ mười:

Chúng con xin khấu đầu đỉnh lễ sám hối cho chính bản thân tâm chúng con, về tất cả mọi tội lỗi dù vô tình hay hữu ý! Nếu chúng con đã lỡ phạm qua bao đời, không thể nhớ từ vô thỉ đến nay, và nếu vẫn còn tiếp diễn mãi là đang phạm hay sẽ phạm những tội lỗi như:

- Tội sân hận, si mê

- Tội cống cao, ngã mạn
- Tội vô ân, bội nghĩa
- Tội khen mình, chê người
- Tội tham lam, tư lợi
- Tội ích kỷ, ghét ghen
- Tội bất hiếu, bất nghĩa
- Tội điêu ngoa, thêu dệt
- Tội vu oan, hại người
- Tội tranh chấp, hơn thua
- Tội bội phản, nịnh bợ
- Tội ác độc và sát hại...

Với vô minh dầy và tội lỗi hãi hùng như thế, chúng con đã tự tạo cho thân tâm mình thành những con người vô cùng điên đảo! Luôn che chở cho bản ngã xấu xa, hiệp nhất với ác nghiệp, để tự đầy đọa chính thần tâm mình trong luân hồi, sinh tử mà không hay biết gì.

(Đó là những tội lỗi đối với chính thân tâm của chúng con)

(Chuông)

Kệ Sám Hối

Nhất Niệm Vô Minh, con lỡ khởi từ vô thỉ

Tam độc sâu dày, con lỡ tạo tham, sân, si

Thân, khẩu, ý, con lỗi lầm tầy núi Tu Di

Lỡ dại rồi, con biết gì ngoài sám hối!

Nguyện:

"Sám hối mọi tội lỗi, lỡ lầm khởi từ vô thỉ"

Nguyện:

"Chuyển vô minh này, thành trí tuệ từ bi"

Nguyện:

"Dứt hết mọi tập khí tam độc tham, sân, si"

Nguyện:

"Cải hối tột cùng,chí tâm thành chân sám hối"

Vì tội từ Tâm khởi, nên Thân con phạm lỗi!

Thật Tâm sám hối rồi, con thanh tịnh Thân Tâm

Chỉ một Giới thanh tịnh thôi, là con được tiêu sạch mọi lỗi lầm

Bởi thanh tịnh Thân Tâm này, thì chính con là Chân Tinh Khiết ấy!

Ghi Chú:

Một giới thanh tịnh ở đây có nghĩa là giữ công phu không gián đoạn (cái không gián đoạn ấy là Chân Như Niệm).

Công phu là: Niệm Phật, Trì Chú, Thiền: Tham Công Án hay Tham Thoại Đầu

Bát Nhã Tâm Kinh

Nam Mô Bát Nhã Hội Thượng Phật

(3 lần)

Ma Ha Bát Nhã Ba La Mật Đa Tâm Kinh.

Quán Tự Tại Bồ Tát hành thâm Bát Nhã Ba La Mật Đa thời, chiếu kiến ngũ uẩn giai không, độ nhất thiết khổ ách.

Xá Lợi Tử! Sắc bất dị Không, Không bất dị Sắc; Sắc tức thị Không, Không tức thị Sắc; Thọ, Tưởng, Hành, Thức diệc phục như thị.

Xá Lợi Tử! Thị chư Pháp không tướng: bất sinh, bất diệt, bất cấu, bất tịnh, bất tăng, bất giảm. Thị cố, không trung vô Sắc, vô Thọ, Tưởng, Hành, Thức; Vô nhãn, nhĩ, tỷ, thiệt, thân, ý; Vô sắc, thinh, hương, vị, xúc, pháp; Vô nhãn giới, nãi chí vô ý thức giới; Vô vô minh, diệc vô vô minh tận; Nãi chí vô lão tử, diệc vô lão tử tận; Vô khổ, tập, diệt, đạo; Vô trí, diệc vô đắc.

Dĩ vô sở đắc cố, Bồ Đề Tát Đỏa y Bát Nhã Ba La Mật Đa cố, tâm vô quái ngại, vô quái ngại cố, vô hữu khủng bố, viễn ly điên đảo mộng tưởng, cứu cánh Niết Bàn.

Tam thế Chư Phật y Bát Nhã Ba La Mật Đa cố, đắc A Nậu đa la tam miệu tam bồ đề. Cố tri Bát Nhã Ba La Mật Đa thị đại thần chú, thị đại minh chú, thị vô thượng chú, thị vô đẳng đẳng cất, năng trừ nhất thiết khổ, chân thật bất hư. Cố thuyết Bát Nhã Ba La Mật Đa Chú, tức thuyết chú viết:

Yết đế, yết đế, ba la yết đế ba la tăng yết đế, Bồ đề tát bà ha

(3 lần)

Tam Tự Quy

Tự quy y Phật, đương nguyện chúng sinh,
Thề giải Đại Đạo, phát vô thượng Tâm.

(Chuông)

Tự quy y Pháp, đương nguyện chúng sinh,
Thâm nhập kinh tạng, trí tuệ như hải.

(Chuông)

Tự quy y Tăng, đương nguyện chúng sinh,
Thống lý đại chúng, nhất thiết vô ngại.

(Chuông)

Tứ Hoằng Thệ Nguyện

Chúng sinh vô biên, thệ nguyện độ
Phiền não vô tận, thệ nguyện đoạn
Pháp môn vô lượng, thệ nguyện học
Phật Đạo vô thượng, thệ nguyện thành

(Chuông)

Hồi Hướng

Nguyện đem Công Đức này
Hướng về khắp tất cả
Đệ tử và chúng sinh
Đều trọn thành Phật Đạo

(Chuông)

NGHI THỨC HẤP HỐI

Nghi Thức Hấp Hối

Thiền Tọa 15 phút

Dâng Hương Tam Bảo

Khai Thị Cho Người Hấp Hối

Giọt Nước Cam Lồ

Sám Hối Tổng Quát

Sám Hối Rốt Ráo

Mười Đỉnh Lễ Sám Hối

Kệ Sám Hối

Tụng Bát Nhã Tâm Kinh

Tam Tự Quy

Tứ Hoằng Thệ Nguyện

Hồi Hướng

Dâng Hương Tam Bảo

Nguyện đem lòng thành kính
Gửi theo đám mây hương
Phảng phất khắp mười phương
Cúng dường ngôi Tam Bảo
Thề trọn đời giữ Đạo
Theo Tự Tính làm lành
Cùng pháp giới chúng sinh
Cầu Phật từ gia hộ
Tâm Bồ Đề kiên cố
Xa bể khổ nguồn mê
Chóng quay về bờ giác

Tán Phật

Đấng Pháp Vương vô thượng
Ba cõi chẳng ai bằng
Thầy dạy khắp trời, người
Cha lành chung bốn loài
Quy y tròn một niệm
Dứt sạch nghiệp ba kỳ
Xưng dương cùng tán thán
Ức kiếp không cùng tận

Quán Tưởng

Phật, chúng sinh tính thường rỗng lặng
Đạo cảm thông không thể nghĩ bàn
Lưới Đế Châu ví đạo tràng
Mười phương Phật Bảo, hào quang sáng ngời
Trước Bảo Tọa, thân con ảnh hiện
Cúi đầu xin thề nguyện quy y

Đảnh Lễ Tam Bảo

Chí Tâm Đỉnh Lễ:

Nam mô tận hư không biến pháp giới,
Quá, hiện, vị lai, thập phương Chư Phật,
Tôn Pháp, Hiền Thánh, Tăng,
Thường trụ Tam Bảo.

(Chuông)

Chí Tâm Đỉnh Lễ:

Nam mô Sa Bà Giáo Chủ,
Bổn Sư Thích Ca Mâu Ni Phật.
Đương lai hạ sinh Di Lặc Tôn Phật.
Đại Trí Văn Thù Sư Lợi Bồ Tát.
Đại Hạnh Phổ Hiền Bồ Tát.
Hộ Pháp Chư Tôn Bồ Tát.
Linh Sơn Hội Thượng Phật Bồ Tát.

(Chuông)

Chí Tâm Đỉnh Lễ:

Nam mô Tây Phương Cực Lạc Thế Giới
Đại từ, đại bi A Di Đà Phật,
Đại bi Quán Thế Âm Bồ Tát,
Đại Thế Chí Bồ Tát,
Đại nguyện Địa Tạng Vương Bồ Tát,
Thanh tịnh Đại Hải Chúng Bồ Tát

(Chuông)

Khai Thị Cho Người Hấp Hối

Đạo Hữu..

Pháp Danh..

Đã là con người thì phải sống cho đúng nghĩa của con người, tức là sống sao cho khỏe mạnh về cả tinh thần lẫn vật chất. Sống sao cho có hữu dụng, dù ít, dù nhiều tùy theo khả năng, tuổi tác và sức lực để đóng góp cho đời, là đóng góp cho chính mình ; cũng là để Tâm chúng ta được thanh thản không ân hận, không thắc mắc, mà còn hãnh diện và hài lòng vì chính mình cũng là người hữu dụng.

Nói như thế thì những người quá già và tàn tật thì sao?

Xin thưa rằng: Người già, người tàn tật cũng hữu ích cho bản thân, cho gia đình, cho đất nước có thua kém ai đâu!

Rất nhiều vị tàn tật đóng góp bằng tinh thần, bằng chân tay khuyết tật của họ rất giỏi như chúng ta thường thấy hàng ngày, có nhiều vị ngồi xe lăn mà vẫn làm việc: dạy học, viết sách, làm văn phòng, dù chỉ làm bằng một tay nhưng vô cùng khéo léo trong cái năng khiếu riêng của họ.

Còn hầu hết người già, thì cũng thật là tuyệt vời, vì trong suốt cuộc đời các cụ đã đóng góp tất cả khả năng của mình để hữu ích cho gia đình, cho quốc gia, cho xã hội rồi. Khi về già thì các cụ lại đặc biệt dành cho gia đình bằng cách đóng góp sự có mặt của mình để thêm cảnh êm đềm, ấm cúng. Sự có mặt của các cụ rất có ý nghĩa đối với con cháu, là để cho con cháu có cơ hội nhìn thấy tấm gương "*tận tụy, can đảm, và hy sinh của các cụ*". Nhất là lòng bố thí thì còn rộng lớn hơn biển cả vì: không những các cụ đã bố thí cho con cháu có được thân mạng đang hiện sống, lại còn bố thí cả máu với nước mắt ; bố thí trọn vẹn công lao sức lực, tài sản... Và nếu cần, các cụ đã không ngần ngại mà cho các con, các cháu cả thân mạng của chính mình! Các cụ đã cho con cháu đến độ không còn cái gì để mà cho nữa.

Dĩ nhiên là nước mắt chảy xuống, nên các cụ chỉ có cho mà không bao giờ cần nhận; Quả đúng là như vậy, tôi xin được nhấn mạnh và nhắc lại lần nữa về trách nhiệm và nhiệm vụ lớn lao của các cụ là việc sinh con, sinh cháu, đào tạo họ nên vóc, nên hình, nên người hữu ích đã xong. Việc đóng góp công lao với quốc gia, xã hội suốt cuộc đời cũng đã đủ; Như vậy là bổn phận của một kiếp người đã trọn vẹn rồi.

Hôm nay Đạo Hữu đang nằm đây, nếu nhân duyên còn thì sống cho khỏe mạnh. Chứ sống mà như chết thì không hữu dụng cho ai, vì chính thân mình đang bị đớn đau, đang bị hành xác! Như thế là đã vô ích cho chính bản thân, lại còn thêm lo lắng, thương đau cho gia đình! Tốn kém bao công sức của mọi người, và hao tiền, tốn của một cách vô ích của mình, của gia đình, của chính phủ, thì cũng không nên.

Đã nói là Đạo Hữu chỉ có cho mà không cần nhận, vì thương con, thương cháu, thương đại gia đình, thương quốc gia, xã hội…

Vâng, Đạo Hữu rất thông minh, đã hiểu biết đến như thế, thì đời nào Đạo Hữu lại còn cố tình duy trì cái sức tàn, lực kiệt, một sự sống vô ích này để làm gì?

Nhất là Đạo Hữu biết mình đã tròn trách nhiệm

và bổn phận với tất cả mọi người rồi, thì Đạo Hữu còn nuối tiếc cái thân mạng đang bị hủy hoại này làm chi? Huống gì Đạo Hữu lại: tiếc chồng, tiếc vợ, tiếc con cháu, cũng như tiếc tiền tài, danh vọng của mình để làm gì nữa…

Vậy xin Đạo Hữu hãy tiếp nhận những lời khai thị này để được: mở mang thêm Tâm Trí, và gạt bỏ được mọi vọng tưởng vô minh! Hầu tạo duyên lành, là cơ hội nhận ra Bát Nhã Tâm thường hằng bất biến của mình, để thoát khỏi phiền não mà siêu thoát.

Giọt Nước Cam Lồ

Nhành dương liễu rỏ giọt nước cam lồ
Thanh tịnh rấy rồi, tỉnh mộng hết mơ
Bao vọng nghiệp, não phiền tiêu sạch hết
Cực Lạc hiện đây, hỏi có ai ngờ!
Nam Mô Thanh Lương Địa Bồ Tát,
Ma Ha Tát.
(Xin tiếp tục trì tụng câu này cho đến khi hết tẩy tịnh)

"Nam Mô Thanh Lương Địa Bồ Tát, Ma Ha Tát"...

(Chuông)

Sám Hối Tổng Quát

Xưa con vốn tạo tác các vọng nghiệp
Đều do vô thỉ tham, sân, si
Từ thân, miệng, ý phát sinh ra
Hết thảy con nay xin sám hối

Tội từ Tâm khởi, đem Tâm sám
Tâm tự tịnh rồi, tội liền tiêu
Tội tiêu, Tâm tịnh, rõ Chân Không Thế mới thật là Chân Sám Hối!

(3 tiếng chuông)

Sám Hối Rốt Ráo

Đệ tử chúng con là..
Pháp Danh là..
và chúng con cũng là đại diện cho...................
Pháp Danh..

Từ vô thỉ đến nay, nhiều đời không nhớ, chúng con đã lỡ khởi biết bao nhiêu tà ác niệm, và làm biết bao nhiêu tội ác, nghiệp si mê: kiêu căng, dối trá, ích kỷ, ghét ghen...

Nay chúng con xin dốc lòng chân sám hối cho mọi ý niệm tội lỗi đã lỡ khởi hay đang khởi, cùng những hành động tội lỗi đã lỡ phạm hay đang phạm đó.

Từ nay chúng con nguyện dứt hết mọi ý niệm bất thiện. Đồng thời cũng xin nguyện dứt bỏ mọi tội lỗi vô minh mà chúng con đã lỡ phạm hay đang phạm, xin đồng đều được tiêu tan ngay!

Bởi vì Nhất Niệm Vô Minh, chúng con đã biết hướng chuyển về thiện niệm, tức Chân Như Niệm vốn sẵn có của mình. Cho nên chắc chắn chúng con không còn bao giờ tái phạm những lỗi lầm như xưa nữa. Nếu chẳng may còn chút dây dưa nào với tập khí của Ngũ Uẩn! Dù chỉ là những ý niệm thoáng qua thôi về những tội lỗi ấy, thì chúng con cũng xin nguyện thề hối cải ngay!

Khai Thị Mười Đỉnh Lễ Sám Hối

Bởi nhất niệm vô minh là nhân, nên chúng con đã tạo tội lỗi tầy trời! Để rồi chúng con phải nhận cái quả khổ đau là thân tâm mình bị trôi lăn trong sinh tử, không bao giờ dứt.

Nay chúng con đã tỉnh ngộ, đã biết hổ thẹn, đã biết hối hận và muốn tự giải thoát thân tâm mình khỏi những phiền não sinh tử ấy! Cho nên chúng con xin dùng thân tâm tội lỗi này, đê làm lễ chân thật sám trừ, ăn năn mọi tội lỗi mà chúng con đã lỡ tạo.

Chúng con cũng xin nguyện tu hành và hồi cải

ngay cho những tội lỗi sau nếu có, dù chỉ là những tư tưởng thoáng qua...

Để Sám Hối, chúng con xin được bắt đầu làm:

MƯỜI ĐỈNH LỄ SÁM HỐI

Lễ Sám Hối thứ nhất:

Chúng con xin nhất tâm khấu đầu đỉnh lễ sám hối: Chư Phật Tổ, Chư Bồ Tát, Chư Hiền Thánh Tăng về tất cả mọi tội lỗi, dù vô tình hay cố ý! Nếu chúng con đã lỡ phạm qua bao đời không thể nhớ từ vô thỉ cho đến nay, như những tội:

- Tội phỉ báng Tam Bảo
- Tội không tin Tam Bảo
- Tội dám xúc phạm, làm hư hại đến thánh thể của quý ngài.

(Đó là những tội lỗi đối với Chư Phật Tổ, Chư Bồ Tát, Chư Hiền Thánh Tăng)

(Chuông)

Lễ Sám Hối thứ hai:

Chúng con xin thành tâm khấu đầu đỉnh lễ sám hối: Cửu Huyền Thất Tổ, Ông Bà, Cha Mẹ, Tổ Tiên, đôi dòng Nội Ngoại **đã quá vãng** về tất cả mọi tội lỗi dù vô tình hay cố ý! Nếu chúng con đã lỡ phạm qua nhiều đời không thể nhớ, từ vô thỉ đến nay như những tội:

- Tội bất hiếu, bất kính *(đối với Cửu Huyền Thất Tổ)*
- Tội bội bạc, vô ơn *(đối với Cửu Huyền Thất Tổ)*
- Tội bại hoại gia phong *(đối với Cửu Huyền Thất Tổ)*
- Tội khinh khi, phi báng, nói xấu; tội quên cội, quên nguồn, quên giòng, quên giống đối với Cửu Huyền Thất Tổ

(Đó là những tội lỗi đối với Cửu Huyền Thất Tổ, Ông Bà, Cha Mẹ, Tổ Tiên, Nội Ngoại, đã quá vãng của chúng con)

(Chuông)

Lễ Sám Hối thứ ba:

Chúng con xin thành tâm khấu đầu đỉnh lễ sám hối: Ông Bà, Cha Mẹ và đôi giòng Nội Ngoại **đang hiện tiền** về mọi tội lỗi, dù vô tình hay cố ý! Nếu chúng con đã lỡ phạm tội bất hiếu qua bao đời không thể nhớ từ vô thỉ đến nay. Và nếu còn tiếp diễn, là dám xúc phạm đến Ông Bà Cha Mẹ của đôi bên Nội Ngoại như những tội:

- Tội ngạo mạn, cãi lời *(Ông Bà Cha Mẹ)*
- Tội độc ác, khinh khi *(Ông Bà Cha Mẹ)*
- Tội thù hằn, mắng nhiếc *(Ông Bà Cha Mẹ)*
- Tội dằn hắt, tư lợi cho bản thân, cho gia đình riêng của mình, mà lợi dụng công lao, tiền tài, sức lực của Ông Bà Cha Mẹ.
- Tội vô ơn, bội nghĩa, vu oan, phản phúc Ông Bà Cha Mẹ.
- Tội hành hạ và đánh giết Ông Bà Cha Mẹ.

(Đó là những tội lỗi bất hiếu, bất kính đối với Ông Bà, Cha Mẹ đôi dòng nội ngoại đang hiện tiền của chúng con)

(Chuông)

Lễ Sám Hối thứ tư:

Chúng con xin thành tâm khấu đầu đỉnh lễ sám hối: các Sư Trưởng, các Thiện Tri Thức, các Ân Nhân về mọi tội lỗi... nếu chúng con đã lỡ phạm dù vô tình hay cố ý, qua bao đời không thể nhớ từ vô thỉ đến nay, và nếu còn tiếp diễn như những tội:

- Tội vong ân, bạc bẽo *(đối với quý Sư Trưởng, Thiện Tri Thức, và ân nhân)*
- Tội lừa lọc, bội phản *(đối với quý Sư Trưởng, Thiện Tri Thức, và ân nhân)*
- Tội cạnh tranh, ngạo mạn *(đối với quý Sư Trưởng, Thiện Tri Thức, và ân nhân)*
- Tội ích kỷ, ghét ghen *(đối với quý Sư Trưởng, Thiện Tri Thức, và ân nhân)*
- Tội dèm pha, nói xấu *(đối với quý Sư Trưởng, Thiện Tri Thức, và ân nhân)*
- Tội khinh khi, lợi dụng *(đối với quý Sư Trưởng, Thiện Tri Thức, và ân nhân)*
- Tội đánh đập, giết hại *(đối với quý Sư Trưởng, Thiện Tri Thức, và ân nhân)*

(Đó là những tội lỗi đối với các Ấn Sư, các Thiện Tri Thức và các ân nhân của chúng con)

(Chuông)

Lễ Sám Hối thứ năm:

Chúng con với lòng thành thật xin khấu đầu đỉnh lễ sám hối: Họ hàng nội/ngoại, chú bác, cô dì, anh, chị, em... về tất cả mọi tội lỗi dù vô tình hay cố ý! Nếu chúng con đã lỡ phạm qua bao đời không thể nhớ, từ vô thỉ đến nay và nếu còn tiếp diễn như những tội :

- Tội ích kỷ, ghét ghen *(đối với họ hàng nội ngoại)*
- Tội vô ơn, bội nghĩa *(đối với họ hàng nội ngoại)*
- Tội vu oan, giá họa *(đối với họ hàng nội ngoại)*
- Tội tranh đua, ngạo mạn *(đối với họ hàng nội ngoại)*
- Tội tị hiềm, dối trá *(đối với họ hàng nội ngoại)*
- Tội thêu dệt, điêu ngoa *(đối với họ hàng*

nội ngoại)

- Tội dèm pha, nói xấu *(đối với họ hàng nội ngoại)*
- Tội sân hận, tham lam *(đối với họ hàng nội ngoại)*
- Tội tranh chấp, tư lợi *(đối với họ hàng nội ngoại)*
- Tội thù hằn, và làm hại *(đối với họ hàng nội ngoại)*

(Đó là những tội lỗi xấu xa, ganh đua, tị hiềm, nhỏ nhen đối với họ hàng nội ngoại của chúng con)

(Chuông)

Lễ Sám Hối thứ sáu:

Chúng con nhất dạ, một lòng xin khấu đầu đảnh lễ sám hối: tất cả các vợ chồng, và chồng vợ về mọi tội lỗi dù vô tình hay cố ý! Nếu chúng con đã lỡ phạm qua bao đời không thể nhớ, từ vô thỉ đến nay, và nếu còn tiếp diễn mọi lỗi lầm như những tội:

- Tội ngoại tình, lén lút *(sau lưng vợ hay chồng của mình)*

- Tội dối trá, điêu ngoa *(đối với vợ hay chồng của mình)*
- Tội lợi dụng, bắt nạt *(đối với vợ hay chồng của mình)*
- Tội lừa lọc, nhỏ nhen *(đối với vợ hay chồng của mình)*
- Tội hơn thua, ích kỷ *(đối với vợ hay chồng của mình)*
- Tội tị hiềm ghen ghét *(đối với vợ hay chồng của mình)*
- Tội tranh giành tư lợi *(đối với vợ hay chồng của mình)*
- Tội hành hạ, độc ác *(đối với vợ hay chồng của mình)*
- Tội chửi mắng, nhục mạ *(đối với vợ hay chồng của mình)*
- Tội cướp đoạt, vu oan *(đối với vợ hay chồng của mình)*
- Tội đánh đập, và giết hại *(đối với vợ hay chồng của mình)*

(Đó là những tội lỗi bất kính, bất chung đối với chồng hay vợ của chúng con)

(Chuông)

Lễ Sám Hối thứ bảy:

Chúng con xin nhất dạ, chí tâm thành khấu đầu đỉnh lễ sám hối: các bạn bè thân sơ, kẻ ân, người oán về tất cả mọi tội lỗi dù vô tình hay cố ý! Nếu chúng con đã lỡ phạm qua bao đời không thể nhớ từ vô thỉ đến nay, và nếu còn tiếp diễn như những tội:

- Tội lừa thầy, phản bạn *(đối với bạn bè, kẻ ân, người oán)*
- Tội tị hiềm, ghen ghét *(đối với bạn bè, kẻ ân, người oán)*
- Tội thêu dệt, điêu ngoa *(đối với bạn bè, kẻ ân, người oán)*
- Tội nhỏ nhen, ích kỷ *(đối với bạn bè, kẻ ân, người oán)*
- Tội vô ơn, bội nghĩa *(đối với bạn bè, kẻ ân, người oán)*
- Tội sân hận, si mê *(đối với bạn bè, kẻ ân, người oán)*
- Tội tư lợi, chấp tranh *(đối với bạn bè, kẻ ân, người oán)*

- Tội vu oan, giá họa *(đối với bạn bè, kẻ ân, người oán)*
- Tội độc ác, ngã mạn *(đối với bạn bè, kẻ ân, người oán)*
- Tội khinh khi, nhục mạ *(đối với bạn bè, kẻ ân, người oán)*
- Tội lợi dụng, cướp đoạt *(đối với bạn bè, kẻ ân, người oán)*
- Tội hành hạ, và giết chóc *(đối với bạn bè, kẻ ân, người oán)*

(Đó là những tội lỗi lừa Thầy, phản bạn đối với bạn bè, kẻ ân, và người oán của chúng con)

(Chuông)

Lễ Sám Hối thứ tám:

Chúng con chí tâm thành xin khấu đầu đỉnh lễ sám hối: muôn loài, muôn vật, hữu tình, vô tình, hữu hình, vô hình, nước, lửa, núi, đồi, đất, đá, cỏ, cây... về tất cả mọi tội lỗi dù vô tình hay cố ý! Mà chúng con đã lỡ phạm qua bao đời không thể nhớ hết từ vô thỉ đến nay, và nếu còn tiếp diễn như những tội:

- Tội phá hoại, cướp đoạt nước, lửa, núi đồi, cây cối, đất đá, cỏ cây...
- Tội lợi dụng, phí phạm chúng.
- Tội khinh khi, măng chửi chúng.
- Tội vô ơn, bạc bẽo đối với chúng.
- Tội dã man, độc ác đối với chúng.
- Tội hủy hoại, và giết hại chúng.

(Đó là những tội lỗi đối với muôn loài, muôn vật hữu hình, vô hình, hữu tình, vô tình, đất đá cỏ cây)

(Chuông)

Lễ Sám Hối thứ chín:

Chúng con nhất dạ, một lòng chí tâm thành, xin khấu đầu đỉnh lễ sám hối: tất cả mọi quốc gia, xã hội, toàn thế giới và đại vũ trụ. Về tất cả tội lỗi dù vô tình hay cố ý! Chúng con đã lỡ phạm qua bao đời không thể nhớ từ vô thỉ đến nay, và nếu còn tiếp diễn như những tội:

- Tội không tôn trọng pháp luật mà còn vi phạm luật pháp.
- Tội không gìn giữ của công mà còn lợi dụng, phí phạm làm tổn hại, ăn cắp, ăn

cướp vật chất cũng như thời gian của công.

- Tội không tận tâm, tận lực với quốc gia, xã hội; không trung thành với tổ quốc; không bảo tồn đất nước; không trân quý toàn thế giới, đại vũ trụ! Mà ngược lại còn: bội phản, vô ơn, hại dân, hại nước, hại nhân quyền, xã hội, hại chủng tộc, nòi giống, hại toàn thế giới, hại đại vũ trụ để trở thành con người vô liêm sỉ, vô luân thường, đạo đức.

(Đó là những tội lỗi đối với mọi quốc gia, xã hội của chúng con)

(Chuông)

Lễ Sám Hối thứ mười:

Chúng con xin khấu đầu đỉnh lễ sám hối cho chính bản thân tâm chúng con, về tất cả mọi tội lỗi dù vô tình hay hữu ý! Nếu chúng con đã lỡ phạm qua bao đời, không thể nhớ từ vô thỉ đến nay, và nếu vẫn còn tiếp diễn mãi là đang phạm hay sẽ phạm những tội lỗi như:

- Tội sân hận, si mê

- Tội cống cao, ngã mạn
- Tội vô ân, bội nghĩa
- Tội khen mình, chê người
- Tội tham lam, tư lợi
- Tội ích kỷ, ghét ghen
- Tội bất hiếu, bất nghĩa
- Tội điêu ngoa, thêu dệt
- Tội vu oan, hại người
- Tội tranh chấp, hơn thua
- Tội bội phản, nịnh bợ
- Tội ác độc và sát hại...

Với vô minh dầy và tội lỗi hãi hùng như thế, chúng con đã tự tạo cho thân tâm mình thành những con người vô cùng điên đảo! Luôn che chở cho bản ngã xấu xa, hiệp nhất với ác nghiệp, để tự đầy đọa chính thân tâm mình trong luân hồi, sinh tử mà không hay biết gì.

(Đó là những tội lỗi đối với chính thân tâm của chúng con)

(Chuông)

Kệ Sám Hối

Nhất Niệm Vô Minh, con lỡ khởi từ vô thỉ
Tam độc sâu dày, con lỡ tạo tham, sân, si
Thân, khẩu, ý, con lỗi lầm tầy núi Tu Di
Lỡ dại rồi, con biết gì ngoài sám hối!
Nguyện:
"Sám hối mọi tội lỗi, lỡ lầm khởi từ vô thỉ"
Nguyện:
"Chuyển vô minh này, thành trí tuệ từ bi"
Nguyện:
"Dứt hết mọi tập khí tam độc tham, sân, si"
Nguyện:
"Cải hối tột cùng,chí tâm thành chân sám hối"
Vì tội từ Tâm khởi, nên Thân con phạm lỗi!
Thật Tâm sám hối rồi, con thanh tịnh Thân Tâm
Chỉ một Giới thanh tịnh thôi, là con được tiêu sạch mọi lỗi lầm
Bởi thanh tịnh Thân Tâm này, thì chính con là Chân Tinh Khiết ấy!

Ghi Chú:

Một giới thanh tịnh ở đây có nghĩa là giữ công phu không gián đoạn (cái không gián đoạn ấy là Chân Như Niệm).

Công phu là: Niệm Phật, Trì Chú, Thiền: Tham Công Án hay Tham Thoại Đầu

Bát Nhã Tâm Kinh

Nam Mô Bát Nhã Hội Thượng Phật

(3 lần)

Ma Ha Bát Nhã Ba La Mật Đa Tâm Kinh.

Quán Tự Tại Bồ Tát hành thâm Bát Nhã Ba La Mật Đa thời, chiếu kiến ngũ uẩn giai không, độ nhất thiết khổ ách.

Xá Lợi Tử! Sắc bất dị Không, Không bất dị Sắc; Sắc tức thị Không, Không tức thị Sắc; Thọ, Tưởng, Hành, Thức diệc phục như thị.

Xá Lợi Tử! Thị chư Pháp không tướng: bất sinh, bất diệt, bất cấu, bất tịnh, bất tăng, bất giảm. Thị cố, không trung vô Sắc, vô Thọ, Tưởng, Hành, Thức; Vô nhãn, nhĩ, tỷ, thiệt, thân, ý; Vô sắc, thinh, hương, vị, xúc, pháp; Vô nhãn giới, nãi chí vô ý thức giới; Vô vô minh, diệc vô vô minh tận; Nãi chí vô lão tử, diệc vô lão tử tận; Vô khổ, tập, diệt, đạo; Vô trí, diệc vô đắc.

Dĩ vô sở đắc cố, Bồ Đề Tát Đỏa y Bát Nhã Ba La Mật Đa cố, tâm vô quái ngại, vô quái ngại

cố, vô hữu khủng bố, viễn ly điên đảo mộng tưởng, cứu cánh Niết Bàn.

Tam thế Chư Phật y Bát Nhã Ba La Mật Đa cố, đắc A Nậu đa la tam miệu tam bồ đề. Cố tri Bát Nhã Ba La Mật Đa thị đại thần chú, thị đại minh chú, thị vô thượng chú, thị vô đẳng đẳng cất, năng trừ nhất thiết khổ, chân thật bất hư. Cố thuyết Bát Nhã Ba La Mật Đa Chú, tức thuyết chú viết:

Yết đế, yết đế, ba la yết đế ba la tăng yết đế, Bồ đề tát bà ha

(3 lần)

Tam Tự Quy

Tự quy y Phật, đương nguyện chúng sinh,
Thề giải Đại Đạo, phát vô thượng Tâm.

(Chuông)

Tự quy y Pháp, đương nguyện chúng sinh,
Thâm nhập kinh tạng, trí tuệ như hải.

(Chuông)

Tự quy y Tăng, đương nguyện chúng sinh,
Thống lý đại chúng, nhất thiết vô ngại.

(Chuông)

Tứ Hoằng Thệ Nguyện

Chúng sinh vô biên, thệ nguyện độ
Phiền não vô tận, thệ nguyện đoạn
Pháp môn vô lượng, thệ nguyện học
Phật Đạo vô thượng, thệ nguyện thành

(Chuông)

Hồi Hướng

Nguyện đem Công Đức này
Hướng về khắp tất cả
Đệ tử và chúng sinh
Đều trọn thành Phật Đạo

(Chuông)

NGHI THỨC CẦU SIÊU

Nghi Thức Cầu Siêu

Thiền Tọa 15 phút

Dâng Hương Tam Bảo

Giọt Nước Cam Lồ

Sám Hối Tổng Quát

Sám Hối Rốt Ráo

Mười Đỉnh Lễ Sám Hối

Kệ Sám Hối

Khai Thị Tam Quy

Khai Thị Hương Linh

Quy Y Linh

Tụng Bát Nhã Tâm Kinh

Mười Đỉnh Lễ Tạ Ơn

Tụng Đại Bi

Tam Tự Quy

Tứ Hoằng Thệ Nguyện

Hồi Hướng

Dâng Hương Tam Bảo

Nguyện đem lòng thành kính
Gửi theo đám mây hương
Phảng phất khắp mười phương
Cúng dường ngôi Tam Bảo
Thề trọn đời giữ Đạo
Theo Tự Tính làm lành
Cùng pháp giới chúng sinh
Cầu Phật từ gia hộ
Tâm Bồ Đề kiên cố
Xa bể khổ nguồn mê
Chóng quay về bờ giác

Tán Phật

Đấng Pháp Vương vô thượng
Ba cõi chẳng ai bằng
Thầy dạy khắp trời, người
Cha lành chung bốn loài
Quy y tròn một niệm
Dứt sạch nghiệp ba kỳ
Xưng dương cùng tán thán
Ức kiếp không cùng tận

Quán Tưởng

Phật, chúng sinh tính thường rỗng lặng
Đạo cảm thông không thể nghĩ bàn
Lưới Đế Châu ví đạo tràng
Mười phương Phật Bảo, hào quang sáng ngời
Trước Bảo Tọa, thân con ảnh hiện
Cúi đầu xin thề nguyện quy y

Đảnh Lễ Tam Bảo

Chí Tâm Đỉnh Lễ:

Nam mô tận hư không biến pháp giới,
Quá, hiện, vị lai, thập phương Chư Phật,
Tôn Pháp, Hiền Thánh, Tăng,
Thường trụ Tam Bảo.

(Chuông)

Chí Tâm Đỉnh Lễ:

Nam mô Sa Bà Giáo Chủ,
Bổn Sư Thích Ca Mâu Ni Phật.
Đương lai hạ sinh Di Lặc Tôn Phật.
Đại Trí Văn Thù Sư Lợi Bồ Tát.
Đại Hạnh Phổ Hiền Bồ Tát.
Hộ Pháp Chư Tôn Bồ Tát.
Linh Sơn Hội Thượng Phật Bồ Tát.

(Chuông)

Chí Tâm Đỉnh Lễ:

Nam mô Tây Phương Cực Lạc Thế Giới
Đại từ, đại bi A Di Đà Phật,
Đại bi Quán Thế Âm Bồ Tát,
Đại Thế Chí Bồ Tát,
Đại nguyện Địa Tạng Vương Bồ Tát,
Thanh tịnh Đại Hải Chúng Bồ Tát

(Chuông)

Giọt Nước Cam Lồ

Nhành dương liễu rỏ giọt nước cam lồ
Thanh tịnh rẩy rồi, tỉnh mộng hết mơ
Bao vọng nghiệp, não phiền tiêu sạch hết
Cực Lạc hiện đây, hỏi có ai ngờ!
Nam Mô Thanh Lương Địa Bồ Tát,
Ma Ha Tát.
(Xin tiếp tục trì tụng câu này cho đến khi hết tẩy tịnh)

"Nam Mô Thanh Lương Địa Bồ Tát, Ma Ha Tát"...

(Chuông)

Sám Hối Tổng Quát

Xưa con vốn tạo tác các vọng nghiệp
Đều do vô thỉ tham, sân, si
Từ thân, miệng, ý phát sinh ra
Hết thảy con nay xin sám hối

Tội từ Tâm khởi, đem Tâm sám
Tâm tự tịnh rồi, tội liền tiêu
Tội tiêu, Tâm tịnh, rõ Chân Không Thế mới thật là Chân Sám Hối!

(3 tiếng chuông)

Sám Hối Rốt Ráo

Đệ tử chúng con là..
Pháp Danh là..
và chúng con cũng là đại diện cho...................
Pháp Danh...

Từ vô thỉ đến nay, nhiều đời không nhớ, chúng con đã lỡ khởi biết bao nhiêu tà ác niệm, và làm biết bao nhiêu tội ác, nghiệp si mê: kiêu căng, dối trá, ích kỷ, ghét ghen...

Nay chúng con xin dốc lòng chân sám hối cho mọi ý niệm tội lỗi đã lỡ khởi hay đang khởi, cùng những hành động tội lỗi đã lỡ phạm hay đang phạm đó.

Từ nay chúng con nguyện dứt hết mọi ý niệm bất thiện. Đồng thời cũng xin nguyện dứt bỏ mọi tội lỗi vô minh mà chúng con đã lỡ phạm hay đang phạm, xin đồng đều được tiêu tan ngay!

Bởi vì Nhất Niệm Vô Minh, chúng con đã biết hướng chuyển về thiện niệm, tức Chân Như Niệm vốn sẵn có của mình. Cho nên chắc chắn chúng con không còn bao giờ tái phạm những lỗi lầm như xưa nữa. Nếu chẳng may còn chút dây dưa nào với tập khí của Ngũ Uẩn! Dù chỉ là những ý niệm thoáng qua thôi về những tội lỗi ấy, thì chúng con cũng xin nguyện thề hối cải ngay!

Khai Thị Mười Đỉnh Lễ Sám Hối

Bởi nhất niệm vô minh là nhân, nên chúng con đã tạo tội lỗi tầy trời! Để rồi chúng con phải nhận cái quả khổ đau là thân tâm mình bị trôi lăn trong sinh tử, không bao giờ dứt.

Nay chúng con đã tỉnh ngộ, đã biết hổ thẹn, đã biết hối hận và muốn tự giải thoát thân tâm mình khỏi những phiền não sinh tử ấy! Cho nên chúng con xin dùng thân tâm tội lỗi này, đê làm lễ chân thật sám trừ, ăn năn mọi tội lỗi mà chúng con đã lỡ tạo.

Chúng con cũng xin nguyện tu hành và hồi cải

ngay cho những tội lỗi sau nếu có, dù chỉ là những tư tưởng thoáng qua...

Để Sám Hối, chúng con xin được bắt đầu làm:

MƯỜI ĐỈNH LỄ SÁM HỐI

Lễ Sám Hối thứ nhất:

Chúng con xin nhất tâm khấu đầu đỉnh lễ sám hối: Chư Phật Tổ, Chư Bồ Tát, Chư Hiền Thánh Tăng về tất cả mọi tội lỗi, dù vô tình hay cố ý! Nếu chúng con đã lỡ phạm qua bao đời không thể nhớ từ vô thỉ cho đến nay, như những tội:

- Tội phỉ báng Tam Bảo
- Tội không tin Tam Bảo
- Tội dám xúc phạm, làm hư hại đến thánh thể của quý ngài.

(Đó là những tội lỗi đối với Chư Phật Tổ, Chư Bồ Tát, Chư Hiền Thánh Tăng)

(Chuông)

Lễ Sám Hối thứ hai:

Chúng con xin thành tâm khấu đầu đỉnh lễ sám hối: Cửu Huyền Thất Tổ, Ông Bà, Cha Mẹ, Tổ Tiên, đôi dòng Nội Ngoại **đã quá vãng** về tất cả mọi tội lỗi dù vô tình hay cố ý! Nếu chúng con đã lỡ phạm qua nhiều đời không thể nhớ, từ vô thỉ đến nay như những tội:

- Tội bất hiếu, bất kính *(đối với Cửu Huyền Thất Tổ)*
- Tội bội bạc, vô ơn *(đối với Cửu Huyền Thất Tổ)*
- Tội bại hoại gia phong *(đối với Cửu Huyền Thất Tổ)*
- Tội khinh khi, phi báng, nói xấu; tội quên cội, quên nguồn, quên giòng, quên giống đối với Cửu Huyền Thất Tổ

(Đó là những tội lỗi đối với Cửu Huyền Thất Tổ, Ông Bà, Cha Mẹ, Tổ Tiên, Nội Ngoại, đã quá vãng của chúng con)

(Chuông)

Lễ Sám Hối thứ ba:

Chúng con xin thành tâm khấu đầu đỉnh lễ sám hối: Ông Bà, Cha Mẹ và đôi giòng Nội Ngoại **đang hiện tiền** về mọi tội lỗi, dù vô tình hay cố ý! Nếu chúng con đã lỡ phạm tội bất hiếu qua bao đời không thể nhớ từ vô thỉ đến nay. Và nếu còn tiếp diễn, là dám xúc phạm đến Ông Bà Cha Mẹ của đôi bên Nội Ngoại như những tội:

- Tội ngạo mạn, cãi lời *(Ông Bà Cha Mẹ)*
- Tội độc ác, khinh khi *(Ông Bà Cha Mẹ)*
- Tội thù hằn, mắng nhiếc *(Ông Bà Cha Mẹ)*
- Tội dằn hắt, tư lợi cho bản thân, cho gia đình riêng của mình, mà lợi dụng công lao, tiền tài, sức lực của Ông Bà Cha Mẹ.
- Tội vô ơn, bội nghĩa, vu oan, phản phúc Ông Bà Cha Mẹ.
- Tội hành hạ và đánh giết Ông Bà Cha Mẹ.

(Đó là những tội lỗi bất hiếu, bất kính đối với Ông Bà, Cha Mẹ đôi dòng nội ngoại đang hiện tiền của chúng con)

(Chuông)

Lễ Sám Hối thứ tư:

Chúng con xin thành tâm khấu đầu đỉnh lễ sám hối: các Sư Trưởng, các Thiện Tri Thức, các Ân Nhân về mọi tội lỗi... nếu chúng con đã lỡ phạm dù vô tình hay cố ý, qua bao đời không thể nhớ từ vô thỉ đến nay, và nếu còn tiếp diễn như những tội:

- Tội vong ân, bạc bẽo *(đối với quý Sư Trưởng, Thiện Tri Thức, và ân nhân)*
- Tội lừa lọc, bội phản *(đối với quý Sư Trưởng, Thiện Tri Thức, và ân nhân)*
- Tội cạnh tranh, ngạo mạn *(đối với quý Sư Trưởng, Thiện Tri Thức, và ân nhân)*
- Tội ích kỷ, ghét ghen *(đối với quý Sư Trưởng, Thiện Tri Thức, và ân nhân)*
- Tội dèm pha, nói xấu *(đối với quý Sư Trưởng, Thiện Tri Thức, và ân nhân)*
- Tội khinh khi, lợi dụng *(đối với quý Sư Trưởng, Thiện Tri Thức, và ân nhân)*
- Tội đánh đập, giết hại *(đối với quý Sư Trưởng, Thiện Tri Thức, và ân nhân)*

(Đó là những tội lỗi đối với các Ấn Sư, các Thiện Tri Thức và các ân nhân của chúng con)

(Chuông)

Lễ Sám Hối thứ năm:

Chúng con với lòng thành thật xin khấu đầu đỉnh lễ sám hối: Họ hàng nội/ngoại, chú bác, cô dì, anh, chị, em... về tất cả mọi tội lỗi dù vô tình hay cố ý! Nếu chúng con đã lỡ phạm qua bao đời không thể nhớ, từ vô thỉ đến nay và nếu còn tiếp diễn như những tội :

- Tội ích kỷ, ghét ghen *(đối với họ hàng nội ngoại)*
- Tội vô ơn, bội nghĩa *(đối với họ hàng nội ngoại)*
- Tội vu oan, giá họa *(đối với họ hàng nội ngoại)*
- Tội tranh đua, ngạo mạn *(đối với họ hàng nội ngoại)*
- Tội tị hiềm, dối trá *(đối với họ hàng nội ngoại)*
- Tội thêu dệt, điêu ngoa *(đối với họ hàng*

nội ngoại)

- Tội dèm pha, nói xấu *(đối với họ hàng nội ngoại)*
- Tội sân hận, tham lam *(đối với họ hàng nội ngoại)*
- Tội tranh chấp, tư lợi *(đối với họ hàng nội ngoại)*
- Tội thù hằn, và làm hại *(đối với họ hàng nội ngoại)*

(Đó là những tội lỗi xấu xa, ganh đua, tị hiềm, nhỏ nhen đối với họ hàng nội ngoại của chúng con)

(Chuông)

Lễ Sám Hối thứ sáu:

Chúng con nhất dạ, một lòng xin khấu đầu đỉnh lễ sám hối: tất cả các vợ chồng, và chồng vợ về mọi tội lỗi dù vô tình hay cố ý! Nếu chúng con đã lỡ phạm qua bao đời không thể nhớ, từ vô thỉ đến nay, và nếu còn tiếp diễn mọi lỗi lầm như những tội:

- Tội ngoại tình, lén lút *(sau lưng vợ hay chồng của mình)*

- Tội dối trá, điêu ngoa *(đối với vợ hay chồng của mình)*
- Tội lợi dụng, bắt nạt *(đối với vợ hay chồng của mình)*
- Tội lừa lọc, nhỏ nhen *(đối với vợ hay chồng của mình)*
- Tội hơn thua, ích kỷ *(đối với vợ hay chồng của mình)*
- Tội tị hiềm ghen ghét *(đối với vợ hay chồng của mình)*
- Tội tranh giành tư lợi *(đối với vợ hay chồng của mình)*
- Tội hành hạ, độc ác *(đối với vợ hay chồng của mình)*
- Tội chửi mắng, nhục mạ *(đối với vợ hay chồng của mình)*
- Tội cướp đoạt, vu oan *(đối với vợ hay chồng của mình)*
- Tội đánh đập, và giết hại *(đối với vợ hay chồng của mình)*

(Đó là những tội lỗi bất kính, bất chung đối với chồng hay vợ của chúng con)

(Chuông)

Lễ Sám Hối thứ bảy:

Chúng con xin nhất dạ, chí tâm thành khẩu đầu đỉnh lễ sám hối: các bạn bè thân sơ, kẻ ân, người oán về tất cả mọi tội lỗi dù vô tình hay cố ý! Nếu chúng con đã lỡ phạm qua bao đời không thể nhớ từ vô thỉ đến nay, và nếu còn tiếp diễn như những tội:

- Tội lừa thầy, phản bạn *(đối với bạn bè, kẻ ân, người oán)*
- Tội tị hiềm, ghen ghét *(đối với bạn bè, kẻ ân, người oán)*
- Tội thêu dệt, điêu ngoa *(đối với bạn bè, kẻ ân, người oán)*
- Tội nhỏ nhen, ích kỷ *(đối với bạn bè, kẻ ân, người oán)*
- Tội vô ơn, bội nghĩa *(đối với bạn bè, kẻ ân, người oán)*
- Tội sân hận, si mê *(đối với bạn bè, kẻ ân, người oán)*
- Tội tư lợi, chấp tranh *(đối với bạn bè, kẻ ân, người oán)*

- Tội vu oan, giá họa *(đối với bạn bè, kẻ ân, người oán)*
- Tội độc ác, ngã mạn *(đối với bạn bè, kẻ ân, người oán)*
- Tội khinh khi, nhục mạ *(đối với bạn bè, kẻ ân, người oán)*
- Tội lợi dụng, cướp đoạt *(đối với bạn bè, kẻ ân, người oán)*
- Tội hành hạ, và giết chóc *(đối với bạn bè, kẻ ân, người oán)*

(Đó là những tội lỗi lừa Thầy, phản bạn đối với bạn bè, kẻ ân, và người oán của chúng con)

(Chuông)

Lễ Sám Hối thứ tám:

Chúng con chí tâm thành xin khấu đầu đỉnh lễ sám hối: muôn loài, muôn vật, hữu tình, vô tình, hữu hình, vô hình, nước, lửa, núi, đồi, đất, đá, cỏ, cây... về tất cả mọi tội lỗi dù vô tình hay cố ý! Mà chúng con đã lỡ phạm qua bao đời không thể nhớ hết từ vô thỉ đến nay, và nếu còn tiếp diễn như những tội:

- Tội phá hoại, cướp đoạt nước, lửa, núi đồi, cây cối, đất đá, cỏ cây...
- Tội lợi dụng, phí phạm chúng.
- Tội khinh khi, măng chửi chúng.
- Tội vô ơn, bạc bẽo đối với chúng.
- Tội dã man, độc ác đối với chúng.
- Tội hủy hoại, và giết hại chúng.

(Đó là những tội lỗi đối với muôn loài, muôn vật hữu hình, vô hình, hữu tình, vô tình, đất đá cỏ cây)

(Chuông)

Lễ Sám Hối thứ chín:

Chúng con nhất dạ, một lòng chí tâm thành, xin khẩu đầu đỉnh lễ sám hối: tất cả mọi quốc gia, xã hội, toàn thế giới và đại vũ trụ. Về tất cả tội lỗi dù vô tình hay cố ý! Chúng con đã lỡ phạm qua bao đời không thể nhớ từ vô thỉ đến nay, và nếu còn tiếp diễn như những tội:

- Tội không tôn trọng pháp luật mà còn vi phạm luật pháp.
- Tội không gìn giữ của công mà còn lợi dụng, phí phạm làm tổn hại, ăn cắp, ăn

cướp vật chất cũng như thời gian của công.

- Tội không tận tâm, tận lực với quốc gia, xã hội; không trung thành với tổ quốc; không bảo tồn đất nước; không trân quý toàn thế giới, đại vũ trụ! Mà ngược lại còn: bội phản, vô ơn, hại dân, hại nước, hại nhân quyền, xã hội, hại chủng tộc, nòi giống, hại toàn thế giới, hại đại vũ trụ để trở thành con người vô liêm sỉ, vô luân thường, đạo đức.

(Đó là những tội lỗi đối với mọi quốc gia, xã hội của chúng con)

(Chuông)

Lễ Sám Hối thứ mười:

Chúng con xin khấu đầu đính lễ sám hối cho chính bản thân tâm chúng con, về tất cả mọi tội lỗi dù vô tình hay hữu ý! Nếu chúng con đã lỡ phạm qua bao đời, không thể nhớ từ vô thỉ đến nay, và nếu vẫn còn tiếp diễn mãi là đang phạm hay sẽ phạm những tội lỗi như:

- Tội sân hận, si mê

- Tội cống cao, ngã mạn
- Tội vô ân, bội nghĩa
- Tội khen mình, chê người
- Tội tham lam, tư lợi
- Tội ích kỷ, ghét ghen
- Tội bất hiếu, bất nghĩa
- Tội điêu ngoa, thêu dệt
- Tội vu oan, hại người
- Tội tranh chấp, hơn thua
- Tội bội phản, nịnh bợ
- Tội ác độc và sát hại...

Với vô minh dầy và tội lỗi hãi hùng như thế, chúng con đã tự tạo cho thân tâm mình thành những con người vô cùng điên đảo! Luôn che chở cho bản ngã xấu xa, hiệp nhất với ác nghiệp, để tự đầy đọa chính thân tâm mình trong luân hồi, sinh tử mà không hay biết gì.

(Đó là những tội lỗi đối với chính thân tâm của chúng con)

(Chuông)

Kệ Sám Hối

Nhất Niệm Vô Minh, con lỡ khởi từ vô thỉ
Tam độc sâu dày, con lỡ tạo tham, sân, si
Thân, khẩu, ý, con lỗi lầm tầy núi Tu Di
Lỡ dại rồi, con biết gì ngoài sám hối!
Nguyện:
"Sám hối mọi tội lỗi, lỡ lầm khởi từ vô thỉ"
Nguyện:
"Chuyển vô minh này, thành trí tuệ từ bi"
Nguyện:
"Dứt hết mọi tập khí tam độc tham, sân, si"
Nguyện:
"Cải hối tột cùng,chí tâm thành chân sám hối"
Vì tội từ Tâm khởi, nên Thân con phạm lỗi!
Thật Tâm sám hối rồi, con thanh tịnh Thân Tâm
Chỉ một Giới thanh tịnh thôi, là con được tiêu sạch mọi lỗi lầm
Bởi thanh tịnh Thân Tâm này, thì chính con là Chân Tinh Khiết ấy!

Ghi Chú:

Một giới thanh tịnh ở đây có nghĩa là giữ công phu không gián đoạn (cái không gián đoạn ấy là Chân Như Niệm).

Công phu là: Niệm Phật, Trì Chú, Thiền: Tham Công Án hay Tham Thoại Đầu

Khai Thị Về Tam Quy

Đức Phật dạy: ***"Muôn loài muôn vật đều có Phật Tính, và Phật Tính ấy không hề rời thế gian này, do vậy mà chúng ta quy y Tự Tính Tam Bảo sẵn có đó."***

Tam Quy Y về mặt hữu tướng:

Là ba lời phát nguyện, dùng Phật Pháp Tăng có hình tướng, tức Tam Bảo hữu tướng, làm "*ngoại phương tiện*" để hướng vào nội Tâm mà nhận ra Tam Bảo ấy ở ngay chính Thân Tâm mình, đó là:

- Quy y Phật
- Quy y Pháp
- Quy y Tăng.

Tam Quy Y về mặt vô tướng:

Là ba lời phát nguyện tự quy y (tự quay về) Tự Tính Tam Bảo vô tướng (Phật Pháp Tăng) của chính mình, tức chúng ta hướng vào nội tâm mà tự quy y Phật Tính hiện hữu ở ngay chính

Thân Tâm mình:

- Quy y Phật, tức Giác.
- Quy y Pháp, tức Chính
- Quy y Tăng, tức Tịnh

⇨ Tự Tâm chúng ta quy y (*quay về*) Giác thì Mê chẳng sinh.

⇨ Tự Tâm chúng ta quy y (*quay về*) Chính thì niệm niệm chẳng tà kiến.

⇨ Tự Tâm chúng ta quy y (*quay về*) Tịnh thì đối với muôn cảnh trần lao đều không ái nhiễm.

Quy y Tam Bảo siêu thế:

Thì không có cái gì trên thế gian này có thể so sánh được, ngay cả bạc vàng, ngọc ngà, châu báu. *(Vì những thứ châu báu trần gian này không thể giúp chúng ta ra ngoài sự đau khổ và sống/chết được, nhưng với Tam Bảo thì ngược lại.)*

Quả đúng như vậy, chúng ta vì vô minh nên đã phải lạc lõng, trôi lăn hằng hà, sa số kiếp,thống khổ với sự phiền não, sống chết. Để nước mắt mình rơi tràn đầy như biển cả, và để xương cốt mình chất cao như núi!

Chúng ta đã, và vẫn đang đi luẩn quẩn trong nhiều đời, nhiều kiếp như vậy. Để cùng quay cuồng với vòng xe luân hồi dài vô cùng, vô tận, mà không làm sao có thể thoát ra khỏi nó cả! Vì càng tìm đường ra, thì lại càng lạc xa, và vòng sinh tử lại càng đắm chìm sâu hơn nữa…

Cứ như thế, chúng ta đang khốn khổ, vì loanh quanh lạc đường! Thì hạnh phúc thay, Đức Từ Phụ Thích Ca Mâu Ni, đấng cha lành toàn giác đã trao truyền Bảo Pháp là: những kim chỉ nam, là những tấm bản đồ chính xác, để chỉ đường khai lối, dẫn dắt cho những đứa con đang lạc lõng bơ vơ! Cũng là những đứa con đã hội đủ duyên lành, có ý chí quật cường, khao khát giác ngộ để thoát ra khỏi vòng luân hồi sinh tử ấy.

Muốn đạt được mục đích cứu cánh tuyệt vời đó, thì như đã nói ở trên, chúng ta dùng: Phật, Pháp, Tăng, tức Tam Bảo hữu tướng làm "*ngoại phương tiện*" để hướng vào nội Tâm mà nhận ra Tam Bảo ấy ở ngay chính nơi mình!

Và khi đã muốn được như vậy, thì cũng có rất nhiều điều kiện đòi hỏi nơi chúng ta là phải có tâm chân thành, có lòng can đảm,có ý chí cương quyết, dũng mãnh để thực hành tích cực... Tức giữ trọn vẹn ba lời Thề nguyện về Tam Quy Y, tức Quy Y Tam Bảo.

Vâng, đã quy y Tam Bảo, thì chúng ta không còn sợ đi lạc đường nữa. Nhưng phải vững tâm, phải thông minh, đừng thối chí ngã lòng, không nghe bất cứ ai xúi bẩy, kẻo lại đi lạc đường. Nếu chúng ta cứ nhất tâm, nhất chí, thẳng đường mà đi, thì lo gì không tiến tới mục đích. Tại đây xin xác định lại một cách tổng quát về Quy Y Tam Bảo.

Vậy Quy Y Tam Bảo là gì?

Quy Y Phật, là nương theo Phật, vì Phật là đấng Đại Giác, với trí tuệ tột cùng, từ bi vô lượng, bình đẳng tuyệt đối, thử hỏi còn có cái gì có thể so sánh hơn?

Quy Y Pháp, là nương theo Pháp, vì Giáo Pháp của Đức Phật là mười hai Đại Tạng Kinh, và tám mươi bốn ngàn pháp môn, một giáo pháp siêu việt, sâu rộng vô ngần mé! Nếu chúng ta chịu can đảm, kiên trì học hỏi và thực hành rốt ráo... Thì nhờ giáo pháp này mà chúng ta giác ngộ, và sẽ thoát khỏi biển trầm luân sinh tử. Vậy thử hỏi còn có cái gì quý báu hơn được Bảo Pháp này?

Quy Y Tăng, là nương theo Tăng, Ni, vì Tăng, Ni là: đại diện Tam Bảo, là những vị đang học hỏi và thực hành ráo riết Giáo Lý của Đức Phật. Các vị đã theo đúng bước chân của Đức Phật là: ly gia, cắt ái, buông bỏ mọi danh vọng, tiền tài vật chất, để tiến tu, tinh tấn không ngừng nghỉ từng giây, từng phút. Mục đích không ngoài việc Tự Giác để giải thoát chính mình, rồi Giác Tha là để giải thoát chúng sinh ra ngoài vòng phiền não sinh tử.

Chúng ta nên Quy Y những vị Tăng, những vị Ni thật thanh tịnh, thật chân chính, vì các Ngài có trí tuệ, hiểu rốt ráo về Phật Pháp!Thì mới có đủ khả năng để dìu dắt chúng ta trên bước đường từ Mê về Giác.

Nói sâu rộng hơn, đó là trực chỉ về Quy Y Tam Bảo là chỉ thẳng ngay Tự Tính Tam Bảo Hữu Tướng/Vô Tướng:

Nghĩa là nhờ tha lực Tam Bảo (Phật, Pháp, Tăng) hữu tướng mà chúng ta biết hướng vào nội Tâm mình là "**Phật Tính**"; cũng là "**Tự Tính Tam Bảo**". Để hiểu rằng Đạo vốn sẵn có ở ngay chúng ta, nên không còn phải hướng ngoại tìm cầu, ỷ lại viển vông nữa.

Vì khi đã giác ngộ, thì chính chúng ta là Tam Bảo, chính chúng ta là Phật. *(Vì ai cũng có Phật Tính, nhưng phải tu hành sao cho nhận ra được Phật Tính ấy. Là dĩ nhiên Phật Tính có đủ mười hai đại tạng kinh.)* Khi đã có đủ mười hai đại tạng kinh nơi ta thì: chính chúng ta là Pháp, và chính chúng ta cũng lại là Tăng, là Ni! Vì chúng ta đang dùng thân hiện hữu này, dưới hình thức một vị Tăng, một vị Ni, một vị Ưu Bà Tắc (*Nam*), một vị Ưu Bà Di (*Nữ*) đang học hỏi, và đang tu hành để nhận ra Tự Tính ấy.

Do vậy, Đức Phật dạy: **"Ta là Phật đã thành, chúng sinh là Phật sẽ thành"**, là như vậy.

Khai Thị Hương Linh

Quý Đạo Hữu...
Pháp Danh...

Xin Đạo Hữu hãy sáng suốt, đừng hoang mang, để nhận lĩnh những lời khai thị vô cùng quan trọng, liên quan đến sự siêu thoát của Đạo Hữu.

Quý Đạo Hữu...
Pháp Danh...

Đạo Hữu có biết cõi đời là huyễn mộng, vô thường. Cuộc đời là dâu bể, trăm năm khổ đau, đoạn trường không?

Đạo hữu có biết vòng luân hồi sinh tử không bao giờ dứt không?

Nếu đạo hữu không tỉnh ngộ, mà còn cứ chấp thật! Rồi cứ luyến tiếc mãi về thân mạng của mình, luyến tiếc mãi về tiền tài, danh vọng của mình. Đạo Hữu cứ vương vấn mãi về vợ chồng, con cháu, họ hàng, bè bạn của mình. Và Đạo

Hữu cứ ân hận, tự dằn vặt mình về những lỗi lầm xấu ác, đã gây ra từ lúc sinh tiền! Thì chỉ càng thêm vô minh và phiền não mãi mà thôi.

Nay Đạo Hữu đang nằm đây, và đã biết cuộc đời là vô thường, sinh tử là huyễn mộng! Vậy thì Đạo Hữu hãy chấp nhận cái chết, vì ai cũng sẽ phải chết. Nhưng chết đây chỉ như một giấc mơ! Do đó cái chết không có nghĩa là mất mát gì, mà chỉ là một sự chuyển hóa cái thân; từ thân hiện hữu này sang một thân khác tốt hơn, trẻ trung hơn, khỏe mạnh hơn, đẹp đẽ hơn mà thôi!

Xin hãy lắng nghe đây về: Cái chân thật Thân Tâm của Đạo Hữu như sau.

Tâm: là cái Thể, nó thường hằng bất biến *(Tâm đây là Tâm Trí Bát Nhã, chứ không phải cái Tâm Thức phân biệt)*

Thân: là cái Dụng của Tâm, nó biến hóa khôn lường trong từng sát na không bao giờ ngưng nghỉ, nên nó cũng là thường hằng bất biến...

Thân Tâm không bao giờ có thể tách rời nhau được vì: Tính là Tướng, Tướng cũng là Tính! Do đó khi Thân này buông, là lập tức chúng ta có ngay Thân khác. Đó là sự biến hóa của Pháp Giới Tính trùng trùng duyên khởi, là Chân Lý bất biến, cũng là Thân Tâm bất biến.

Do đó Đạo Hữu hãy: bình thản, vững tâm, đừng bối rối, cũng đừng lo sợ bất cứ cái gì! Để mà nghe và hiểu rốt ráo về những lời khai thị này, thì sẽ vô cùng lợi lạc cho sự siêu thoát của Đạo Hữu.

Như đã nói ở trên, Đạo Hữu đã hiểu rõ cái Chân Lý về Thân Tâm của mình rồi. Nên bắt đầu từ giây phút này, Đạo Hữu đừng **chấp thật** cái xác thân tứ đại là bản ngã của mình. Và cũng đừng nhận cái **Vọng Tâm**, tức cái ***Tâm Thức*** **phân biệt là Tâm** của mình nữa, vì cái Thân là hóa hiện thì không thể chấp là thật hay giả được. Còn cái Tâm Thức phân biệt là cái Tâm vọng tưởng! Mà đã là vọng thì làm sao là Thật? Do đó chấp như thế là mê lầm! Sự chấp thật ấy là chấp ngã: lấy phân biệt làm Tâm; lấy thể xác giả hợp làm Thân; thì phải theo với cái thân, cái tâm riêng biệt ấy mà xoay vần mãi trong sinh tử...

Tại sao vậy? Vì khi đã chấp cái vọng tâm phân biệt là Tâm mình, thì tự động là phải có cái cá nhân riêng, có cái thân xác riêng, và có cái nghiệp riêng. Và khi đã có cái cá nhân là bản ngã riêng như thế, thì đương nhiên là gây nhân nào thì sẽ gặt quả ấy!

Sự việc vô minh, nhận giặc làm con tức nhận cái vọng giả dối là có thật, đã xảy ra không biết bao nhiêu đời rồi! Nay Đạo Hữu đã hiểu, tức là đã giác ngộ thì: không còn chấp là **có thật** cái Tâm, cái Thân riêng của mình nữa nhé, mà hãy hướng về *"Nhất Tâm không phân biệt"*; tức Thân Tâm Bát Nhã chưa hề rời Đạo Hữu, thì sẽ trừ được ngay cái cá nhân riêng, cái cá thể riêng ấy.

Vì khi không còn tâm phân biệt nữa, thì tự động sẽ hết vọng tưởng, và khi đã hết vọng tưởng thì ngộ được cái *"Nhất Tâm"*, hay còn gọi là *"Bản Lai Tự Tính"*. Trong Bản Lai Tự Tính này, thì tất cả cái riêng, cái khác ấy, nó đều không sai khác! Vì xưa nay, chỉ có duy nhất một tính *"Chân Như"*. Nó chưa hề có sinh, chưa hề có diệt, chưa hề có lục đạo. Do đó mà không có luân hồi, không có sinh tử, và cũng không có chúng sinh. Xin đừng hiểu lầm để rồi lại chấp vào cái *"vô ký"* tức chấp tất cả là không có cái gì hết thì nguy hiểm vô cùng! Cái chấp không ấy là cái *"Không"* của đoạn diệt! Còn cái *"**Không** hiện hữu thường hằng"* thì ngược lại; Nó chính là cái Chân Không vi diệu, còn gọi là ***"Chân Không Diệu Hữu"*** không ngoài vũ trụ vạn vật, và cũng không ngoài Đạo Hữu bao giờ cả!

Do vậy mà khi buông bỏ Thân này, là sẽ tự động có ngay một Thân khác là thế, Đức Phật đã dạy:

- Thân Tâm là một;
- Tính Tướng không hai;
- Phật Pháp không rời Thế Gian Pháp.

Vậy thì Đạo Hữu hãy nương theo Bát Nhã Tâm Kinh, cùng với chúng tôi đang hộ trì, để nhận ra Chân Tâm Bát Nhã của chính mình mà siêu thoát. Tức Đạo Hữu sẽ có một Thân uy nghi, thanh tịnh, trí tuệ hơn, để tiếp tục tiến tu đến Giác Ngộ viên mãn, mà gánh vác sứ mạng Như Lai: là tự độ chính mình, và tha độ chúng sinh thoát khỏi vòng phiền não sinh tử.

Quy Y Linh

Hương linh con là...
Pháp Danh..
Xin quy y Phật, đấng phước trí vẹn toàn

(Chuông)

Hương linh con là...
Pháp Danh..
Xin quy y Pháp, Đạo Pháp ly tham dục

(Chuông)

.

Hương linh con là...
Pháp Danh..
Xin quy y Tăng, bậc tu hành cao tột

(Chuông)

Hương linh con là...
Pháp Danh..
Xin quy y Phật.
Nguyện đời đời kiếp kiếp,

không quy y Thiên Thần Quỷ Vật.

(Chuông)

Hương linh con là.................................

Pháp Danh..

Xin quy y Pháp

Nguyện đời đời kiếp kiếp,

không quy y Ngoại Đạo Tà Giáo

(Chuông)

Hương linh con là.................................

Pháp Danh..

Xin quy y Tăng

Nguyện đời đời kiếp kiếp,

không quy y Tồn Hữu Ác Đẳng.

(Chuông)

Vì Nhất Niệm Vô Minh, con......................
đã biết hồi Tâm chuyển hướng Thiện, tức đã chuyển về Chân Như Niệm rồi nên:

Hương linh con là...
Pháp Danh...
Đã quy y Phật

(Chuông)

Hương linh con là...
Pháp Danh...
Đã quy y Pháp

(Chuông)

Hương linh con là...
Pháp Danh...
Đã quy y Tăng

(Chuông)

Bát Nhã Tâm Kinh

Nam Mô Bát Nhã Hội Thượng Phật

(3 lần)

Ma Ha Bát Nhã Ba La Mật Đa Tâm Kinh.

Quán Tự Tại Bồ Tát hành thâm Bát Nhã Ba La Mật Đa thời, chiếu kiến ngũ uẩn giai không, độ nhất thiết khổ ách.

Xá Lợi Tử! Sắc bất dị Không, Không bất dị Sắc; Sắc tức thị Không, Không tức thị Sắc; Thọ, Tưởng, Hành, Thức diệc phục như thị.

Xá Lợi Tử! Thị chư Pháp không tướng: bất sinh, bất diệt, bất cấu, bất tịnh, bất tăng, bất giảm. Thị cố, không trung vô Sắc, vô Thọ, Tưởng, Hành, Thức; Vô nhãn, nhĩ, tỷ, thiệt, thân, ý; Vô sắc, thinh, hương, vị, xúc, pháp; Vô nhãn giới, nãi chí vô ý thức giới; Vô vô minh, diệc vô vô minh tận; Nãi chí vô lão tử, diệc vô lão tử tận; Vô khổ, tập, diệt, đạo; Vô trí, diệc vô đắc.

Dĩ vô sở đắc cố, Bồ Đề Tát Đỏa y Bát Nhã Ba La Mật Đa cố, tâm vô quái ngại, vô quái ngại

cố, vô hữu khủng bố, viễn ly điên đảo mộng tưởng, cứu cánh Niết Bàn.

Tam thế Chư Phật y Bát Nhã Ba La Mật Đa cố, đắc A Nậu đa la tam miệu tam bồ đề. Cố tri Bát Nhã Ba La Mật Đa thị đại thần chú, thị đại minh chú, thị vô thượng chú, thị vô đẳng đẳng chú, năng trừ nhất thiết khổ, chân thật bất hư. Cố thuyết Bát Nhã Ba La Mật Đa Chú, tức thuyết chú viết:

Yết đế, yết đế, ba la yết đế ba la tăng yết đế, Bồ đề tát bà ha

(3 lần)

Khấn Nguyện
Sau Khi Đã Quy Y Linh

Chúng con xin tạ ơn:

Chư Phật Tổ, Chư Bồ Tát, Chư Hiền Thánh Tăng.

Tổ Tiên, Ông Bà Cha Mẹ, Cửu Huyền Thất Tổ.

Các Ân Sư, các thiện tri thức, các ân nhân.

Đôi giòng họ hàng nội/ngoại

Các bạn bè thân và sơ.

Tất cả kẻ ân và người oán.

Cùng chư vị đã quá vãng: các oan hồn, không phân biệt tôn giáo, chủng tộc, hay nòi giống.

Các vị anh hùng liệt sĩ, các vị anh thư vô danh, hữu danh.

Chúng con cũng xin tạ ơn toàn thể các chư vị hiện tiền, và muôn loài, muôn vật, hữu tình ,vô tình, hữu hình, vô hình...

Để Tạ Ơn, chúng con xin được bắt đầu làm:

MƯỜI ĐỈNH LỄ TẠ ƠN

Lễ Tạ Ơn thứ nhất:

Chúng con mang ơn Tam Bảo, Chư Phật Tổ, Chư Bồ Tát, Chư hiền Thánh Tăng từ vô thỉ đến nay, đã chỉ dạy cho chúng con đường lối giải thoát khỏi sự vô minh dày đặc, cũng là giải thoát mọi phiền não, khổ đau, tức là giải thoát sinh tử luân hồi!

Chúng con xin khấu đầu đỉnh lễ Tam Bảo mười phương để tạ ơn.

(Đó là Lễ Tạ Ơn đối với Chư Phật Tổ, Chư Bồ Tát và Chư Hiền Thánh Tăng)

(Chuông)

Lễ Tạ Ơn thứ hai:

Chúng con mang ơn Quý Ân Sư, từ vô thỉ đến nay, đã giáo huấn, khai ngộ cho chúng con đi đúng đường lối chính pháp, để trở thành những Thiện Nhân đạo đức, biết tu hành theo chính pháp hầu được ra ngoài mọi phiền não và sinh tử. Chúng con xin khấu đầu đỉnh lễ quý ân sư từ vô thủy đến nay để tạ ơn.

(Đó là Lễ Tạ Ơn đối với Quý Ấn Sư của chúng con)

(Chuông)

Lễ Tạ Ơn thứ ba:

Chúng con mang ơn Tổ Tiên, Cửu Huyền Thất Tố, cũng như cha mẹ từ vô thỉ đến nay. Quý Ngài đã sinh thành, dưỡng dục chúng con, đã cho thân mạng này với đầy đủ sáu căn thật hữu dụng, vô cùng đẹp đẽ để học hỏi và thực hành đường lối giác ngộ, giải thoát của Đức Từ Phụ Thích Ca Mâu Ni. Chúng con xin khấu đầu đỉnh lễ để tạ ơn.

(Đó là Lễ Tạ Ơn đối với Tổ Tiên, Cửu Huyền Thất Tổ cũng như cha mẹ từ vô thủy đến nay của chúng con)

(Chuông)

Lễ Tạ Ơn thứ tư:

Chúng con mang ơn các Thiện Tri Thức đã dạy bảo, các bạn bè thân sơ đã khuyên nhủ cùng những ân nhân, những người oán thù từ vô thỉ đến nay, đều là những nhân duyên, đều là những phương tiện tốt, đã giúp đỡ chúng con trên đường Đời cũng như đường Đạo. Chúng con xin khấu đầu đỉnh lễ để tạ ơn.

(Đó là Lễ Tạ Ơn đối với các Thiện Tri Thức, bạn bè thân sơ và kẻ ân, người oán của chúng con)

(Chuông)

Lễ Tạ Ơn thứ năm:

Chúng con mang ơn họ hàng, nội, ngoại xa gần từ vô thỉ đến nay đã giúp đỡ, và khuyên dạy chúng con về đủ mọi mặt trong cuộc đời vô cùng phức tạp này. Chúng con xin khấu đầu đỉnh lễ để tạ ơn.

(Đó là Lễ Tạ Ơn đối với họ hàng nội ngoại gần xa của chúng con)

(Chuông)

Lễ Tạ Ơn thứ sáu:

Chúng con mang ơn tất cả các vợ chồng, chồng vợ, và các con cái, trong đó có những kẻ ân, và cũng có những người oán từ vô thỉ đến nay. Các Ngài đã cho chúng con có chỗ gá vào, để có nhiều cơ hội trả vay, vay trả mọi oán ân, nợ nần và mới có hoàn cảnh, có môi trường học hỏi về Đời, về Đạo hầu tiến tới chân lý giải thoát sinh tử, khổ đau. Chúng con xin khấu đầu đỉnh lễ để tạ ơn.

(Đó là Lễ Tạ Ơn đối với tất cả vợ chồng, chồng vợ và con cái của chúng con)

(Chuông)

Lễ Tạ Ơn thứ bảy:

Chúng con mang ơn muôn loài, muôn vật, chúng sinh, hữu tình, vô tình: đất, nước, gió, lửa, hoa, trái, cỏ cây từ vô thỉ đến nay. Đã cho chúng con có đầy đủ vật dụng trong cuộc sống hàng ngày, đê duy trì thân mạng này mà tu học vê cả hai mặt Đời và Đạo. Chúng con xin khấu đầu đỉnh lễ để tạ ơn.

(Đó là Lễ Tạ Ơn đối với muôn loài muôn vật chúng sinh, hữu tình cũng như vô tình của chúng con)

(Chuông)

Lễ Tạ Ơn thứ tám:

Chúng con mang ơn tất cả các Quốc Gia, Xã Hội, Toàn Thế Giới, và Đại Vũ Trụ. Tất cả các chư vị hiện tiền cũng như các chư vị đã quá vãng. Các oan hồn không phân biệt tôn giáo, chủng tộc, hay nòi giống. Các vị Anh Hùng Liệt Sĩ, các vị Anh Thư hữu danh, vô danh. Muôn loài, muôn vật: hữu tình vô tình, hữu hình vô hình, từ vô thỉ đến nay. Các Ngài đã cho chúng con một cuộc sống thanh bình, trật tự. Một sự tương trợ hài hòa với lòng bác ái, can đảm, hy sinh đầy trách nhiệm. Chúng con xin khấu đầu đỉnh lễ để tạ ơn.

(Đó là Lễ Tạ Ơn đối với Quốc Gia, Xã Hội, Toàn Thế Giới, Đại Vũ Trụ, các anh hùng liệt sĩ và muôn loài muôn vật)

(Chuông)

Lễ Tạ Ơn thứ chín:

Chúng con mang ơn sự vi diệu của Pháp Giới dung thông, các quý vị thuộc thế giới vô hình, hữu hình từ vô thỉ đến nay, đã cho chúng con có một đức tin vững chắc về Tâm Linh, về sự nhiệm mầu trong cuộc sống! Để chúng con có được lòng tự tin, là chính mình cũng có khả năng tự giác về Chân Lý ấy. Chúng con xin khấu đầu đỉnh lễ để tạ ơn.

(Đó là Lễ Tạ Ơn đối với sự vi diệu của Pháp Giới dung thông)

(Chuông)

Lễ Tạ Ơn thứ mười:

Chúng con mang ơn chính thân mạng của chúng con, vì nhờ phúc báu của thân mạng đang hiện hữu này, mà chúng con có muôn vàn cơ hội: để sám hối, để tu sửa, để học hỏi về Đời, về Đạo mà tinh tấn, tiến hóa đến tận cùng, là cứu cánh Chân, Thiện, Mỹ hầu giải thoát chính mình và giải thoát chúng sinh. Chúng con xin khấu đầu đỉnh lễ để tạ ơn.

(Đó là Lễ Tạ Ơn đối với chính thân mạng của chúng con)

(Chuông)

Chú Đại Bi

Nam Mô Đại Bi Hội Thượng Phật

(3 lần)

Thiên thủ thiên nhãn vô ngại đại bi tâm đà la ni. Nam mô hắc ra đát na đa ra dạ da.

Nam mô a rị da, bà lô yết đế thước bát ra da, bồ đề tát đỏa bà da, ma ha tát đỏa bà da, ma ha ca lô ni ca da, án, tát bàn ra phạt duệ số đát na đát tỏa.

Nam mô tất kiết lật đỏa y mông a rị da bà lô kiết đế thất Phật ra lăng đà bà.

Nam mô na ra cẩn trì hê rị ma ha bàn đa sa mế, tát bà a tha đậu du bằng, a thệ dựng, tát bà tát đa, na ma bà dà, ma phạt đạt đậu, đát điệt tha. Án a bà lô hê, lô ca đế, ca ra đế, di hê rị, ma ha bồ đề tát đỏa, tát bà tát bà, ma ra ma ra, ma hê ma hê, rị đà dựng, cu lô cu lô kiết mông, độ lô độ lô, phạt xà da đế, ma ha phạt xà da đế, đà ra đà ra, địa rị ni, thất Phật ra da, dá ra dá ra. Mạ mạ phạt ma ra. Mục đế lệ, y hê di hê, thất na thất na a ra sâm Phật ra xá lợi, phạt xa phạt sâm, Phật ra xá da, hô lô hô lô ma ra, hô lô hô lô hê rị, ta ra ta ra, tất rị tất rị, tô rô tô rô, bồ đề dạ bồ đề dạ, bồ đà dạ bồ đà dạ.

Di đế rị dạ, na ra cẩn trì địa rị sắc ni na, ba dạ ma na ta bà ha. Tất đà dạ ta bà ha. Ma ha tất đà dạ ta bà ha. Tất đà du nghệ thất bàn ra dạ, ta bà ha. Na ra cẩn trì ta bà ha. Ma ra na ra ta bà ha. Tất ra tăng a mục khê da, ta bà ha. Ta bà ma ha, a tất đà dạ, ta bà ha. Giả kiết ra a tất đà dạ, ta bà ha. Bà đà ma yết tất đà dạ, ta bà ha. Na ra cẩn trì bàn đà ra dạ, ta bà ha. Ma bà lị thắng yết ra dạ, ta bà ha.

Nam mô hắt ra đát na, đa ra dạ da. Nam mô a rị da, bà lô yết đế, thước bàng ra dạ, ta bà ha.

Án tất điện đô, mạn đa ra, bạt đà dạ, ta bà ha.

(3 lần)

Tứ Hoằng Thệ Nguyện

Chúng sinh vô biên, thệ nguyện độ
Phiền não vô tận, thệ nguyện đoạn
Pháp môn vô lượng, thệ nguyện học
Phật Đạo vô thượng, thệ nguyện thành

(Chuông)

Hồi Hướng

Nguyện đem Công Đức này
Hướng về khắp tất cả
Đệ tử và chúng sinh
Đều trọn thành Phật Đạo

(Chuông)

SÁNG TÁC CỦA THIỀN SƯ HAKUIN

Sáng Tác Của Thiền Sư Hakuin

*(Xin ghi ân, chuyển ý thành Thi Kệ
để dễ đọc và tụng)*

Chúng sinh là Phật từ thuở ban đầu
Như Băng với Nước, vốn chẳng vì đâu
Nếu không có nước làm sao có đá?
Ngoài chúng sinh ra không Phật để cầu

Xa thật là xa, đi lùng đi kiếm
Ai có dè đâu, ngay mũi cận kề
Thở than, ta khát ngay trong hồ nước
Như con nhà giàu mà đi ăn mày

Bởi vì Vô Minh, cũng do chấp Ngã
Nên trong Sáu Nẻo mãi mãi không ra
Biết đến bao giờ Sinh Tử buông tha?
Mịt mù, lang thang đi trong tăm tối!

Sinh rồi lại Tử, làm sao vượt ra?
Thiền Định là đường, sẽ vượt sẽ qua
Tới Vô Thượng, khó bàn khó nghĩ
Thanh tịnh Đại Thừa, Cực Lạc quê ta

Khi đang Thiền là ta đang Trì Giới
Đang Sám Hối, đang Bố Thí, Cúng Dường
Tràn lẽ sống và trọn vẹn hoa hương
Tất cả từ Thiền, Thiền là tất cả

Trong Chân Định, tự Ma tan Quỉ nát
Hóa giải muôn điều, Nghiệp Quả thăng hoa
Sen vàng hé nở, đất mẹ đâu xa
Chẳng còn tăm tối, lạc lối quê nhà

Xúc động nhường bao, nghe lời chân thật!
Cố Tâm thực hành Trí Tuệ Phật Môn
Đây vô lượng độ, núi cao Công Đức
Chỉ hướng nội rồi, trực nhận Chân Tâm

Siêu Ngã, Pháp và siêu ngoài ngôn ngữ
Tiến thẳng một đường, chẳng có hai ba
Chân Tâm Vô Ngã, Vô Ngã chính Ta
Cánh cổng Nhất Chân, Quả/Nhân đồng lúc

Hiện thân chúng ta, tự là Vô Tướng
Chưa từng xa nhà, dù đi muôn phương
Vọng tưởng, tưởng vọng, tự "Không",
Không Tưởng
Pháp Âm Phật Đà nhảy múa, đàn ca

Tuyệt vời làm sao Trí Tuệ trăng vằng vặc
Niết Bàn Chân Định, thật bát ngát vô bờ
Ngoài chúng ta hỏi chi là thừa/thiếu?
Còn Pháp Thân này đang nhận gót Đất Sen đây

TÍN TÂM MINH

Tín Tâm Minh

(Tổ Tăng Xán)

(Trúc Thiên dịch)

Đạo lớn chẳng khó gì
Cốt đừng chọn lựa thôi
Quý hồ không thương/ghét
Thì tự nhiên sáng ngời

Sai lạc nửa đường tơ
Đất/trời liền phân cách
Chớ nghĩ chuyện ngược xuôi
Thì hiện liền trước mắt

Đem thuận/nghịch chọi nhau
Đó chính là tâm bịnh
Chẳng nắm được mối huyền
Hoài công lo niệm tịnh

Tròn đầy tựa thái hư
Không thiếu cũng không dư
Bởi mảng lo giữ/bỏ
Nên chẳng được Như Như !

Ngoài chớ đuổi duyên trần
Trong đừng ghì không nhẫn
Cứ một mực bình tâm
Thì tự nhiên dứt tận

Ngăn Động mà cầu Tịnh
Hết ngăn lại Động thêm
Càng trệ ở hai bên
Sao bằng rõ đầu mối?

Đầu mối chẳng rõ thông
Hai đầu luống uổng công
Đuổi Có liền mất Có
Theo Không lại phụ Không

Lắm lời thêm lo nghĩ
Loanh quanh mãi chẳng xong
Dứt lời bặt lo quẩn
Đâu đâu chẳng suốt thông

Trở về nguồn nắm mối
Dõi theo ngọn mất tông
Phút giây bừng phản chiếu
Trước mắt vượt cảnh không

Cảnh không trường thiên diễn
Thảy đều do Vọng Kiến
Cứ gì phải cầu Chân
Chỉ cần dứt sở kiến

Hai bên đừng trụ kiến
Cẩn thận chớ đuổi, tầm
Phải/Trái vừa nghĩ đến
Là nghiền đốt mất Tâm

Hai do một mà có
Một rồi cũng buông bỏ
Mảy Tâm ví chẳng sinh
Pháp nào ngăn ngại chứ?

Chẳng ngại thì không pháp
Chẳng sinh ắt chẳng Tâm
Tâm theo cảnh mà bặt
Cảnh theo tâm mà chìm

Tâm là tâm của cảnh
Cảnh là cảnh của tâm
Ví biết hai đàng dứt
Rốt cùng, chỉ một "Không"

Một Không, hai mà một
Bao gồm hết muôn sai
Chẳng thấy trong, thấy đục
Lấy gì mà phân hai!

Đạo lớn vốn khoan dung
Không dễ mà chẳng khó
Kẻ tiểu kiến lừng khừng
Gấp theo và chậm bỏ

Chấp giữ là nghiêng lệch
Dấn thân vào nẻo tà
Cứ tự nhiên buông hết
Bổn thể chẳng lại/qua

Thuận Tính là hiệp Đạo
Tiêu dao dứt phiền não
Càng nghĩ, càng trói thêm
Lẽ Đạo chìm mê ảo

Mê ảo nhọc tinh thần
Tính gì việc sơ thân
Muốn thẳng đường nhất thặng
Đừng chán ghét Sáu Trần

Sáu Trần có xấu chi?
Vẫn chung về Giác đấy!
Bậc trí giữ vô vi
Người ngu tự buộc lấy

Pháp pháp đều chẳng khác
Do Ái Trước sinh lầm
Há chẳng là quấy lắm
Sai Tâm đi bắt Tâm!

MÊ, bỏ vọng, cầu yên
NGỘ, bặt điều ưa/ghét
Nhất thiết việc hai bên
Đều do Vọng châm chước

Mộng như hoa giữa trời
Khéo nhọc lòng đuổi bắt
Chuyện thua/được thị phi
Một lần buông bỏ quách

Mắt ví không mê ngủ
Mộng mộng đều tự trừ
Tâm Tâm ví chẳng khác
Thì muôn pháp Nhất Như

Nhất Như vốn thể huyền
Bặn bặt không mảy duyên
Cần quán chung như vậy
Muôn pháp về tự nhiên

Đừng hỏi vì sao cả
Thì hết chuyện sai ngoa
Ngăn ĐỘNG chưa là TỊNH
ĐỘNG ngăn khác TỊNH xa
Cái hai đã chẳng được
Cái một lấy chi mà...

Rốt ráo đến cùng cực
Chẳng còn mảy quy tắc
Bình đẳng hiệp Đạo Tâm
Im bặt niềm tạo tác

Niềm nghi hoặc lắng dứt
Lòng tin hòa lẽ Trực
Mảy bụi cũng chẳng lưu
Lấy gì mà ký ức?
Bản Thể vốn hư minh
Tự nhiên nào nhọc sức!

Trí nào suy lường được
Thức nào cần nhắc ra?
Cảnh Chân Như Pháp Giới
Không người cũng không ta!

Không danh từ, ngôn ngữ!
Chỉ thưa rằng "Chẳng hai"
"Chẳng hai" mà hòa một
Bao gồm hết muôn sai
Mười phương hàng trí giả
Đều chung nhập một Tông

Tông này vốn tự tại
Khoảnh khắc là vạn niên
Dầu có/không, không/có
Mười phương trước mắt liền

Cực nhỏ là cực lớn
Đồng nhau, bặt cảnh duyên
Cực lớn là cực nhỏ
Đồng nhau, chẳng giới biên

Cái Có là cái Không
Cái Không là cái Có

Ví chưa được vậy chăng
Quyết đừng nên nấn ná

Một tức là tất cả
Tất cả tức là một

Quý hồ được vậy thôi
Lo gì chẳng viên tất

Tín Tâm chẳng phải hai
Chẳng phải hai tín Tâm

Lời nói làm Đạo dứt
Chẳng kim cổ vị lai

Cụ Đặng Nguyên Phả (Mật Nghiêm) chép từ bản chính tại Chùa Già Lam ngày 30 tháng 9 năm 1985 (tức ngày 16 tháng 8 Âm Lịch.)

Khai Thị (2)

Chết Đi Về Đâu?

Bát Nhã Tâm Kinh dạy:

"Bát Nhã Ba La Mật Đa hay sinh chư Phật,
hay Hiển Thị Tướng Thế Gian"

(Bát Nhã Ba La Mật Đa Tính, luôn luôn biến hiện/ hiện biến, Hiển Thị toàn thể Vạn Pháp, tức là Vạn Sắc Tướng, cũng là vạn Hình Tướng tại Thế Gian này)

Trong Kinh Đức Phật dạy:

Bất cứ ai có **Đạo Đức** mà lại còn thấm nhuần được **Chân Lý Bát Nhã Sắc/Không Siêu Việt!** thì sẽ biết rõ:

Chết đi về đâu!

Cho nên Đức Phật mới Phán rằng:

Bất Khứ/Bất Lai mới là Như Lai!

Vậy thì, những ai đã khá hiểu rõ về "Bát Nhã Tính" thì sẽ thấu đáo:

Sắc là Không
Không là Sắc

Do lẽ đó mà sau khi chết thì:

- Chỗ nào là: **Toàn Không/Toàn Sắc thì về**
- Chỗ nào là: **Toàn Chân Không/Toàn Diệu Hữu thì về**
- Chỗ nào là: **Toàn là sự Vi Diệu/Nhiệm Mầu thì về**

Bởi vì:

"Phật Tính, Tính Không" của chúng ta luôn luôn sẵn có cả:

Sự **Vi Diệu** lẫn Sự **Nhiệm Mầu**

Cho nên:

- Bởi **Vi Diệu** nên **Không:** tức **Tính Không, Phật Tính, Chân Không,** cũng là **Tâm Phật** của chúng ta và **Tâm Phật** của Vũ Trụ Vạn Vật.
- Bởi N**hiệm Mầu** nên **Hiện** Tướng (có nghĩa là **Tính Không, Phật Tính.** Có **Sự Nhiệm Mầu**, cho nên đã tạo dựng nên **Sắc Tướng, Hình Tướng** chính là **Sắc Thân, Thân Thể** của chúng ta, và cũng là **Sắc Thân** của **Vũ Trụ Vạn Vật)**

Xin được nhấn mạnh thêm về:

Phật Tính, Tính Không của toàn thể Vũ Trụ muôn loài, muôn vật đều luôn luôn vừa Vi Diệu, vừa Nhiệm Mầu, vừa sẵn có những Đức Tính:

Từ Bi, Hỷ Xả, Bình Đẳng, Thương Yêu, Tha Thứ.

- Nhất là cái **Tính Vi Diệu, Nhiệm Mầu** này đã thể hiện, đã bật mí: Sự **Vi- Diệu** là **Tính Không**, là **Phật Tính**, là **Tâm Phật** của chúng sinh, được gọi là **<u>Xuất Thế</u>.**
- Và **Sự Nhiệm Mầu** là trọng trách Biến Hiện …Hiện Biến … tạo dựng nên **Vạn Pháp!** chính là **Vạn Sắc!** chính là **Phân Thân Phật!** ở ngay tại Thế Gian này, ngay trước mắt như thế! cho nên được gọi là **<u>Nhập Thế</u>**

Do vậy, **Đức Phật** mới phán rằng:

"Xuất Thế mà vẫn Nhập Thế!"

Chú ý:

Đây là trường hợp *của những ai thậm thâm được Bát Nhã thì tùy theo sự thấu đáo sâu hay nông về* ***Bát Nhã****, đều được tự động an bài theo* ***Nhân- Quả*** *của từng người sau khi chết.*

Tuy nhiên,với các vị ***Vô Tướng*** *thì không cần biết thời gian là cũ hay mới! Nếu may mắn được* ***Thiện Trí Thức Khai Thị****!*

*mà hiểu được: "**Chân Lý Niêm Hoa Vi Tiếu**" của Đức Phật, thì cũng được có lại cái* **Thân/Tâm** của *con người* đầy đủ ***Lục Căn** và **Thất Đại** (6 Căn và 7 Đại)*

6 Căn** là: **Nhãn Căn, Nhĩ Căn , Tỷ Căn, Thiệt Căn, Thân Căn, Ý Căn

*Đều chính là **Tính Sáng Suốt!** Và cũng chính là **Tính Giác!***

7 Đại** là: **"Đất, Nước, Gió, Lửa, Không, Kiến, Thức"

*Nếu có những vị Hành Giả nào thậm thâm "**Chân Lý Niêm Hoa Vi Tiếu"** của Đức Phật, thì:*

"Cả 6 Căn lẫn 7 Đại lập tức thể hiện ngay tại toàn thể Thân Tâm của chính mình đều là Phật Tính"

Cho nên:

Đất, Nước, Gió, Lửa, Không, Kiến, Thức
*chính là **Không Đại***

Không Đại** chính là **Đất, Nước, Gió, Lửa,
Không, Kiến, Thức

(Không Đại** chính là **Phật Tính)

Danh từ Hán Văn khó hiểu! Tại đây xin được diễn nghĩa về chữ:

Hiển Thị** có nghĩa là: **Phơi Bầy, Hiện ra trước mắt

Bất Không** có nghĩa: **chẳng phải là rỗng không, chẳng có cái gì cả!

Khai Thị (25)

NAM MÔ BỔN SƯ THÍCH CA MÂU NI PHẬT

Hầu hết chúng ta đều là cái **Tâm Thức Vọng Tưởng** với **Nhất Niệm Vô Minh**, cho nên ai cũng chấp thật là có sự Sống và Chết.

Nhưng có biết đâu với **Chân Lý Bát Nhã "Niêm Hoa Vi Tiếu"** của Đức Phật, thì cái người đang nằm trong Hòm đó chỉ là đang nghỉ ngơi, đang ngủ một giấc dài hay ngắn theo **Nhân Quả** mà thôi!

Bởi Đức Phật dậy rằng:

"Ai cũng có Phật Tính, mà đã là Phật Tính,

thì làm sao mà chết cho được!"

Vì vậy mà chúng ta cần phải đi sâu vào Chân Lý Bát Nhã của Đức Phật, để hiểu rõ là chẳng có ai chết cả!

Với lý lẽ ấy mà Buổi Lễ Khai Thị hôm nay, bằng một cái **Tâm Thanh Tịnh**, đầy nhiệt huyết, chúng tôi, chúng con xin dâng lên Đại Lão Hòa Thượng Thích Minh Thông, Đạo Hữu Diệu Phụng cùng toàn thể các Vong Linh quanh đây, cũng như toàn thể quí vị hiện hữu Vô Tướng, Hữu Tướng đang tham dự Buổi Lễ Khai Thị quan trọng này. Xin quí Ngài cùng chúng tôi, hãy giữ Tâm Thanh Tịnh, chú ý lắng Nghe những gì chúng tôi, chúng con đã và đang học trong khoảng thời gian 33 năm cho đến bây giờ.

Khai Thị (17)

(Dâng lên ông Hoàng Văn Dũng)

Nam Mô Bổn Sư Thích Ca Mâu Ni Phật,

Đức Phật dạy:

"Trên trời, dưới đất chỉ có một Chân Như Phật Tính!" Như vậy là muôn loài, muôn vật trong Vũ Trụ tại đây, là nơi chúng ta đang hiện sống! Đồng đều có **Phật Tâm, Phật Tính!** mà đã là **Phật Tâm, Phật Tính** thì có ai chết không?

Vì vậy Đức Phật mới dạy rằng:

Sinh Tử là Chân Lý Bất Biến

Nếu chúng ta cứ sống mãi, ngàn, vạn năm, thì chúng ta là Plastic, là gỗ đá ù lì! Không sống động! Không sinh động! Không tươi mát!

Do vậy, ông Dũng chỉ là đang ngủ một giấc dài... để **Pháp Giới Tính vi diệu**, nhiệm mầu vẫn đang âm thầm, ẩn mật, vận hành, cũng là đang chuyển hóa **Thân/Tâm** của ông Dũng sang một Thân Thể với đầy đủ Sáu Căn mới tinh, tươi- đẹp hơn, sống động hơn, hoàn hảo hơn! Và nhất là được ở ngay nơi chúng ta đang hiện sống! Là nơi **Bát Nhã vẹn toàn Sắc/Không!** vừa **siêu việt**, vừa **nhiệm mầu!**

Nếu ông Dũng là một vị Thiện Nhân đạo đức! lại còn thấm nhuần được những lời Khai Thị là **Chân Lý của Đức Phật.**

Được như vậy, là đúng y **Chân Lý của Đức Phật!** Ngài thường nhắc đi, nhắc lại:

Phật Pháp không rời Thế Gian Pháp

Xuất Thế mà vẫn Nhập Thế

Tuy nhiên, muốn được những gì tôi mới nói theo **Y Chỉ Chân Lý** ấy, của Đức Phật dạy! Thì chúng ta phải có sự thông minh để suy tư, để hiểu **Chân Lý siêu việt** này, qua **Bát Nhã Tâm Kinh**:

Sắc tức thị Không

Không tức thị Sắc

Vậy:

Sắc/Không là Một

Mà **Sắc** là: cái **Thân** của ông! và **Sắc** cũng chính là mọi **Hình Tướng** của Vũ Trụ, muôn loài, muôn vật.

Còn cái **Không của Bát Nhã**: chính là **Tâm Phật**, là **Phật Tính** của ông, cũng như của Vũ Trụ, vạn vật.

Chú ý 1:

Chân thật nghĩa chữ **Không** của **Bát Nhã Tâm Kinh** là **Phật Tâm**, là **Phật Tính**, là **Bát Nhã Tính**, là **Tính Không vi diệu, nhiệm mầu!**

"Chính là **Phật Tâm** của chúng ta"

Chú ý 2:

Đừng bao giờ hiểu lầm cái **"Không"** của **Bát Nhã**, là cái **"Không Trống Rỗng"**, chẳng có cái gì cả!

Như một **quả Táo** hiện hữu trước mắt! khi chúng ta ăn hết **quả Táo** ấy đi, rồi mới bảo không còn **quả Táo** nữa! Nếu hiểu chữ **"Không"** của **Bát Nhã** như thế! là tự động chúng ta đi vào Sinh Tử, địa ngục!

Chú ý 3:

Không bao giờ được quên Chân Nghĩa Sắc/Không trong Kinh Bát Nhã đã dạy:

Sắc tức thị Không

Táo tức thị Không

Thân tức thị Tâm

Không tức thị Sắc

Không tức thị Táo

Tâm tức thị Thân

Cho nên:

Sắc/Không đã là **Một!** như Kinh Bát Nhã đã dạy

Thì **Sắc/Không** chẳng bao giờ rời nhau, do lẽ đó đương nhiên:

Thân/Tâm chỉ là **Một**.

Vậy nơi nào có toàn **"Sắc"** và toàn **"Không"** thì nơi ấy đúng **Chân Lý Phật Pháp**, còn nơi nào chỉ toàn là **Không,** hoặc toàn là **Sắc** thì mới có một nửa, không đúng **Chân Lý Phật Pháp**

Kết Luận:

Ông Dũng thông minh thế, thì sẽ hiểu, mà đã hiểu là sẽ có ngay một **Thân/Tâm** khác tốt đẹp hơn.

Khai Thị (9)

Nhân Quả: 6 Nẻo Luân Hồi

Trời, Người, A Tu La, Ngã Quỷ, Súc Sinh, Địa Ngục (Thì chỉ có 2 Nẻo là loài người và súc sinh có hình tướng, còn 4 Nẻo kia đều là Vô Tướng)

Loài Người có cơ hội ăn năn, sám hối tu thành Phật.

Còn 5 Nẻo kia khó có cơ hội! nếu không may mắn gặp Thiện Trí Thức thì sẽ hằng hà sa số kiếp, cứ quay cuồng trong 6 Nẻo, khó mà chấm dứt được.

- Những người Vô Tướng: bị đói khát, bị hành hạ, họ khó tiếp xúc được với chúng ta! cho nên họ rất đau khổ, rất tủi thân.
- Súc sinh: bị giết chóc, họ rất vô minh! lúc nào cũng tranh dành, ăn uống, cũng như không có chủ quyền, đời sống bấp bênh.
- Loài người: Si mê trong Danh, Tài, Ái, Dục, được thua, tranh dành, ngạo mạn

Ác độc, ghen ghét.

Hôm nay chúng ta cúng **cỗ bàn, hoa trái, nhất là những lời Khai Thị thiết thực nhất**, để dâng lên Cửu Huyền Thất Tổ, dâng lên Cha Mẹ, dâng lên toàn thể gia đình ... dù đã quá vãng bao đời, bao kiếp đều vẫn cần hiểu về **Chân Lý Phật Pháp** cũng như **Nhân Quả, Nghiệp Báo,** và muốn hiểu ai là người đã tạo nên **6 Nẻo Luân Hồi**! Cũng như có cách nào thoát ra khỏi **6 Nẻo Luân Hồi** ấy không?

(Thật ra, tất cả cũng chỉ vì, từ Nguyên Thỉ xa xưa, tự chúng ta chuyển ***Tâm Phật*** *của chính mình, thành* Tâm chúng sinh, *tức là chuyển* ***Tâm Phật*** *của mình, thành cái* ***Tâm Thức Sinh Tử Nhị Biên Tương Đối****).*

Vì vậy, sau đây là:

A. Y Chân Lý của Phật, của Tổ! chúng ta tạm gọi là những: **Phương Pháp** thiết thực nhất cho **Thân/Tâm** con người đang hiện hữu của những ai với khát vọng:

1. **Thiết tha một lòng Chân Thành muốn Sám Hối** mọi tội lỗi từ thô tới tế, dù những lỗi lầm tầy trời của mình.
2. **Thiết tha một lòng Chân Thành Tạ Ơn:** Vạn Pháp, vạn Loài, cùng toàn thể người ân, cũng như người oán ...
3. **Hoán chuyển: "Nhất Niệm Vô Minh, Tâm Thức Nhị Biên Tương Đối"** hoàn nguyên Y "**Chân Như Phật Tính" b**ằng Phương Cách Tham Thoại Đầu, là hỏi câu Công Án!

B. Những vị Vô Tướng:

Nên nhớ, người Âm rất bén nhậy, các Ngài sẽ âm thầm nghe và nhận định những lời **Khai Thị,** nếu thật Chân Chính! và nên nhớ rằng, những **vị Vô** Tướng này, không có cái Thân! mà chỉ có cái **Tâm Thức!** Cho nên có thể để con của họ, hoặc cháu của họ, hoặc người đại diện sẽ thay thế họ để quỳ và làm lễ Sám Hối! Riêng về phần Khai Thị với:

"Phương Cách hoán chuyển Vô Minh thành Trí Tuệ"

thì các Ngài **Vô Tướng** có thể nghe, và hiểu một cách rõ ràng, dễ chiêu cảm! Vì các Ngài luôn luôn sắc bén hơn chúng ta rất nhiều. Họ còn đọc được cả những ý nghĩ trong đầu của chúng ta. Nhưng với các vị đã đắc Đạo cao! thì không đọc được.

Chú ý:

Chân Như Phật Tính không ảnh hưởng gì đến **Sinh Tử và 6 Nẻo Luân Hồi!** Nếu những ai **hiểu** được, **Ngộ** được, **Chân Lý của Đức Phật** thì sẽ "**không bao giờ mất Thân** làm **người**" với **6**

Căn tuyệt đối sáng ngời! để Tự độ và tha độ.

Vì vậy, trong Kinh Lăng Nghiêm Đức Phật dạy **Căn Đại** là **Tính Sáng Suốt** của **Tâm Tính**! Tâm Tính ấy, **Bản Lai** là:

Tính Giác, là Pháp Giới Tính, là Như Lai Tạng Tính

Luôn luôn ẩn mật, âm thầm vận hành từng sát na trong chúng ta, và muôn loài, muôn vật tại Vũ Trụ này.

Lục Tổ Huệ Năng cũng dạy rằng:

Nếu **Vũ Trụ Vạn Vật** và ngay cả **chúng ta** không có **Tính Giác**! thì toàn thể:

6 Căn của con người là: Mắt, Tai, Mũi, Lưỡi, Thân, Ý

6 Trần: Sắc, Thanh, Hương, Vị, Xúc, Pháp (Vũ Trụ)

Tất cả đồng đều bị hoại ngay lập tức.

TỦ SÁCH
THIỀN VIỆN SÙNG NGHIÊM
(trên Amazon)

BÁT NHÃ TÂM KINH
Trực Chỉ Lý Giải Ngắn Gọn
- Thanh Tịnh Liên

Chân Thật Nghĩa của
BÁT NHÃ TÂM KINH
- Thanh Tịnh Liên Thích Nữ Chân Thiền

ĐÓNG CỬA SÁU NẺO LUÂN HỒI
- Thanh Tịnh Liên

NHƯ LAI TẠNG

- Thanh Tịnh Liên Thích Nữ Chân Thiền

NHỮNG LIÊN HỆ ĐẾN CÁI CHẾT CẦN BIẾT RÕ

- Thanh Tịnh Liên

THƠ NHẠC THIỀN (Tập 1)

- Thơ: Thanh Tịnh Liên

- Nhạc: Tuấn Khanh, Phạm Duy

THƠ NHẠC THIỀN (Tập 2)

- Thơ: Thanh Tịnh Liên

- Nhạc: Nhiều tác giả

SÁCH MỚI (2025)

Song ngữ

CÙNG VẦNG TRĂNG SOI

- Thanh Tịnh Liên Thích Nữ Chân Thiền

WITH THE SHINING MOON

- Translated by Nguyên Giác

Song ngữ

TẠI SAO KHÔNG MỞ MẮT VÃNG SINH KHI ĐANG HIỆN SỐNG

- Thanh Tịnh Liên

WHY DON'T YOU OPEN YOUR EYES AND EXPERIENCE REBIRTH IN THE PURE LAND WHILE YOU'RE ALIVE?

- Translated by Nguyên Giác

www.ingramcontent.com/pod-product-compliance
Lightning Source LLC
LaVergne TN
LVHW060207051026
849517LV00005B/1325